காலந்தோறும் பெண்

இளைய பாரத நூலகம்

காலந்தோறும் பெண்

ராஜம் கிருஷ்ணன்

nbt.india
एकः सूते सकलम्
நேஷனல் புக் டிரஸ்ட், இந்தியா

ISBN 978-81-237-1152-2

முதல் பதிப்பு *1994*
மூன்றாம் பதிப்பு *2022* (சக *1944*)

© ராஜம் கிருஷ்ணன்

Kaalamthorum Penn (*Tamil*)
Woman Through the Ages (*Original Tamil*)

₹ 155.00

வெளியீடு: இயக்குநர், நேஷனல் புக் டிரஸ்ட், இந்தியா
நேரு பவன், 5 இன்ஸ்டிடியூஷனல் ஏரியா, ஃபேஸ்-II
வஸந்த் குஞ்ச், புதுதில்லி – 110070
Website: www.nbtindia.gov.in

பொருளடக்கம்

அறிமுகம் — vii

1. வள்ளுவர் கூறும் வாழ்க்கைத்துணை — 1
2. வேதத்தில் என்ன இருக்கிறது? — 5
3. சுதந்திரத் தாய் – கற்பு? — 9
4. சிறகுகளும் பொற்கூண்டும் — 14
5. கண்ணனின் தோழமை? — 18
6. மூவைந்து பதினைந்தில் — 22
7. இறைவனின் கால் தூக்கும் தத்துவம் — 26
8. புருஷ சூக்தம் — 30
9. குரு பீடங்கள் — 35
10. வழுக்கல் தர்மங்கள் — 39
11. பூ மலருவது எதற்காக? — 44
12. நாய்த் தாய்மை — 48
13. அடிமைச் சந்தையில் எதிர் ஜாமீன் — 53
14. கைப்பற்றும் சாத்திரங்கள் — 60
15. கீதை ஒளியில் பெண் (அ)தருமம் — 65
16. வருணக்கலப்பு–சாதிக்கனிகள் — 70
17. சதி புராணம் — 75
18. வேத (அ)தரும பரிபாலனங்கள் — 80
19. குங்குமச் சின்னம் – பொட்டும், கலையும் — 86
20. புராணப் புதைகுழியில் மூடப்படும் நட்சத்திரங்கள் — 91
21. நித்ய சுமங்கலிகள் — 97

22.	கண்ணைக் குத்தும் கை	102
23.	எண்ணெயும் தண்ணீரும்	107
24.	கத்தியும் ரோஜாக்களும்	114
25.	அடிமை வளர்ச்சியும் அறிவியல் சாதனங்களும்	119
26.	தேய்ந்து வரும் மனிதச் சங்கிலிகள்	127
27.	குற்றவாளி யார்?	133
28.	மகளிர் மேம்பாடு – தானமேந்தும் பாத்திரங்கள்	138
29.	நெருக்கடி விடிவெள்ளிகள்	146

அறிமுகம்

'காலந்தோறும் பெண்' என்ற தலைப்பில் மக்கள் சமுதாயத்தில் சரிபாதியாக விளங்கும் ஒரு பாலரை மையமாக்கி, ஒரு சமுதாய வரலாற்றுப் பின்னணியை ஆராய வேண்டும் என்ற ஓர் உந்துதல் என்னுள் பல நாட்களாகவே முகிழ்த்து, செயலாக்கமாகப் பரிணமித்திருக்கிறது.

படைப்பிலக்கியத் துறையில் முன்பின் என்ற எந்தத் தூலமான தாக்கமும் இருந்திராத நிலையில், தானாகப் பேனாவை எடுத்து விழுந்தும் எழுந்தும் முட்டியும் ஒரு நாற்பதாண்டுக் காலத்தை ஓட்டியிருக்கும் அனுபவம் என்னுள் முகிழ்த்த உந்துதலுக்கு உரமாகத் துணிவூட்டியிருக்கிறது. இந்தப் புதிய பாதையில் ஒரு கண்ணோட்டம் இட்டிருக்கிறேன். மேற்கோள்களும் அடிக்குறிப்புகளும் அலங்கரிக்கும் தேர்ந்த அறிவுத்துறையின் ஆராய்ச்சி அன்று இது. எனினும், இளந்தலைமுறையினர் இந்தக் கோணத்தில் சிந்திக்கத் தூண்டுதலாக இருக்க வேண்டும், அது இன்றைய நடைமுறைச் சிக்கல்களை விடுவித்துக் கொள்ளத் துணையாக இருக்க வேண்டும் என்பது என் அவா.

"கதாசிரியர்கள் அறிவாளிகளாக இருக்க வேண்டுமென்பது அவசியமில்லை. அதுவும் பெண் எழுத்தாளரை அந்த வர்க்கத்தில் உட்படுத்த வேண்டியதில்லை" என்ற ஒரு கருத்து, மகளிர் ஆண்டைக் கொண்டாடும் முகமாக ஏற்பாடு செய்யப்பட்ட இந்தியப் பெண் எழுத்தாளர் மாநாட்டில் பேசப்பட்டது. 'அறிவார்ந்த பெண்கள்' என்ற நிலையில் விவாதத்துக்குரியதாக அலசப்பட்ட அக்கருத்து, படைப்பிலக்கியக்காரியான என்னுள் வலிமையான தாக்கத்தை உண்டுபண்ணக்கூடும் என்று அப்போது நான் சிந்தித்திருக்கவில்லை.

"அவனும் அவளும் பார்த்தார்கள், காதலித்தார்கள், கல்யாணம் ஆயிற்று. மாமி, நாத்தி, குடும்பத் தகராறு, என்ற

மாதிரியில் கதை பின்னுவதற்கு அறிவார்ந்த சிந்தனைகள் தேவையில்லை. கண்ணீரை வரவழைக்கவும் மனமுருகச் செய்யவும் உணர்வூக்கிகளே போதும்" என்று ஒரு பேராசிரியப் பெண்மணி விவாதம் செய்தார். நான் விவாதத்தில் கலந்து கொள்ளாமல் வெறும் பார்வையாளராகவே அமர்ந்திருந்தேன்.

பெண் எழுத்தாளரிடம் அறிவுபூர்வமான சிந்தனைகளையோ, தர்க்கரீதியான கருத்தாராய்வுகளையோ எதிர்பார்ப்பதற்கில்லை என்று நமது தமிழ்நாட்டின் புகழ்பெற்ற இலக்கியத் திறனாய்வு மேதைகள் சிலர் தீர்த்திருக்கிறார்கள்.

அலுவலகத்திலிருந்து கணவன் களைத்து வருவதை எதிர்பார்த்துக் கையில் மணமிகு காப்பியை வைத்துக்கொண்டு காத்திருக்கும் மனைவியைச் சித்திரிப்பதுதான் அவர்களுக்குப் பொருத்தமான இலக்கியம் என்று ஒரு முடிவை அந்தத் தீர்ப்பில் அவர்கள் குஞ்சம் கட்டிவிட்டாற்போல் எனக்குத் தோன்றியது.

என்னை நானே அலசிப் பார்த்துக்கொள்ளும் அவசியத்தை உணர்ந்தேன். கதைதான் எழுதுகிறோம் என்றாலும், நிகழ்ச்சிகளைக் கோத்து, பிரச்சினைகளை மையமாக்கி, கதை மாந்தர்களை உயிரும் வடிவுமாக உலவ விடுகையில், இயங்க வைக்கையில், ஓர் இலக்கியப் படைப்பாளியின் படைப்பு அவஸ்தையில் பங்கேற்பது இந்த உணர்ச்சி நெகிழ்ச்சி அம்சங்கள் மட்டும்தாமா? அசலிலிருந்து நகலின் பிரதி எடுக்கையில் மூலமான வாழ்க்கையில் எதார்த்தங்களிலிருந்து படிவங்களை ஒரு படைப்பாளி நேர்ந்து கைக்கொள்ளுகையில், கோத்து வைத்த அணியாரங்களை வார்த்தைச் சட்டங்களில் பொருத்தி, அந்தப் படிவங்களை மாட்டி விடுவது படைப்புத்தான் என்றால், ஏன்-எதற்காக என்ற சிந்தனை தேவையே இல்லையா?

கண்ணீரும் பேரிரக்கமும்தான் வெற்றிகரமான படைப்புக்குரிய அம்சங்களா? பிரச்சினைகளை, வாழ்க்கையின் குறுக்குவெட்டுப் பதிவினூடே எதார்த்தபூர்வமாகப் பிரதிபலிக்கச் செய்கையில், அந்தப் பிரச்சினைகளின் களம், கனம், காரண காரியங்கள் ஆகிய கூறுகள் ஆராயப்பட வேண்டியவை அல்லவா?

ஒரு பெண் அடங்காப்பிடாரியாக இருக்கிறாள்; வம்பு பேசுகிறாள்; தீமையே வடிவானவளாக இருக்கிறாள். உண்மையில் இப்படி ஒரு பெண் இருந்தாலும், அத்தகைய பாத்திரத்தைத் தன் படைப்பில் கொண்டுவரும் ஓர் இலக்கிய ஆசிரியர், அவள் எதனால் அப்படி இருக்கிறாள் என்ற ஒரு

அறிமுகம்

சிந்தனையைக் காட்ட வேண்டாமா? (இப்போதெல்லாம் இந்த ஒரு வினா, ஒரு பெண் உடலால் பிழைப்பதற்கு நியாயம் காணும் வகையில், அவளை உடல்தான் என்று விளக்குவதற்கு உரிய வகையில் எழுப்பப் பெற்று, அத்தகைய படைப்பாசிரியருக்கு இலக்கிய விமர்சகர்களின் ஆதரவும் புகழும் தேடிக் கொடுத்திருக்கிறது.)

இந்த ஏன் என்ற அறிவுபூர்வமான சிந்தனை, பெண்ணை வழுக்கி விழுந்து, உடலால் பிழைக்கும் நிலைக்கு நியாயப்படுத்துவதற்கு மட்டும் உதவாமல், அவள் ஏன் வாயாடியாக, வம்பு பேசுபவளாக, பொறாமைக்காரியாக உருவாகிறாள் என்ற மாதிரியான கோணங்களில் பார்க்க உதவுவதே இல்லை. மாறாக, பெண் என்பவள் உடலால் கெடக்கூடியவள், மாயப் பிசாசு. சும்மா இருக்கும் ஆணின் மனசில் மோகப் பாம்பாக வந்து சுருண்டு, அவனைக் குதறி விடும் பேய். அவனுடைய (ஆன்மீக) ஏற்றத்தை எஞ்ஞான்றும் அனுமதிக்காமல், தடைக்கல்லாக வழியில் குறுக்கிடும் நாச சக்தி; அவளை எந்த நிலையிலும் நம்பலாகாது; இரகசியங்களை வைத்துக்கொள்ளத் தகுதியற்றவள்; நம்பிக்கைத் துரோகம் செய்யும் நச்சுப்பாம்பு; என்றெல்லாம் பெண்ணின் இருண்ட பரிமாணங்களைத் தாங்கும் அணிமொழிகள் ஏராளம் ஏராளமாகப் புனையப்பெற்று, நெறிப்படுத்தப்பெற்று, பெண்களாலேயே பெருமையுடன் ஏற்றுக்கொள்ளப் பெற்றிருக்கின்றன.

இதனால் ஒழுக்கம் என்று பேசப்படும்போதும், பொது வாழ்க்கை என்று பேசப்படும்போதும், அதில் பங்கேற்கும் இருபாலருக்கும் உரியதாக வேண்டிய பொறுப்பில் பழிப்பொறுப்பு மட்டும் பெண்ணிடமே சுமத்தப்படும் நியதியும் காலம் காலமாக வலிமை பெற்று வந்திருக்கிறது; அசைக்க முடியாத அரணாக உறுதி பெற்றிருக்கிறது.

இது ஏன்?

பெண்-ஆண் என்று குறிப்பிடும்போது, இருவரும் மனிதப் பிறவிகள். இது நல்லது, இது உகந்ததல்ல என்று பகுத்தறியும் இயல்பு, ஆறாம் அறிவாக மனிதப் பிறவிக்கு உரித்தாக்கப்பட்டிருக்கிறது. ஒரு சமயம் ஒரு போரில் பின்வாங்கிய இராணுவப் படையினரிடையே மருத்துவ அறிஞர் ஒருவரும் இருந்தாராம். தலைவனின் ஆணைப்படி பின்வாங்கிய படையினர், வருவதை ஏற்றுக்கொண்டு, வழிதெரியாத கானகங்களிலும் மலைப்பிரதேசங்களிலும் நடக்கையில்,

மருத்துவ அறிஞர் மட்டும் ஒவ்வொரு நிமிடமும் மரணத்தின் திகில் உணர்வை வெளியிட்டுக்கொண்டே வந்தாராம்.

மருத்துவ அறிஞராக இருந்ததால், உடலின் தேவைகள் இல்லாத நிலையில் அணு அணுவாகத் தாம் செயலிழந்து மடிந்து கொண்டிருந்த உணர்வில், வீரர்களில் யாரேனும் ஒருவர் தம்மைச் சுட்டுவிடும்படி வேண்டிக் கொண்டாராம். எல்லாருக்கும் அதே நிலைதான். ஆனால் அவர்கள் ஒருவரும் உடலியல் அறிவு பெற்றிருக்கவில்லை. துப்பாக்கியில் தோட்டா இல்லாததால் மருத்துவர் கோரியதை வீரர்கள் செய்யவில்லை. ஆனால் மருத்துவர், மரணம் வருகிறது என்ற திகில் உணர்வினிலேயே பலியாகிவிட, ஏனைய வீரர்கள் மீண்டு பத்திரமாகத் தங்கள் பாசறையை அடைந்தார்களாம்.

அறிவின் காரணமாகவே இன்பங்களை நுட்பமாக அனுபவித்து மேலும் இன்பம் பெற முடிகிறது. தன்னை மறந்து ஓர் இயற்கைக் காட்சியை ஒரு முழு மூடனால் நுட்பமாக ரசிக்க முடியாதுதான். கலா ரசனைக்கும் அறிவின் முழுமலர்ச்சியே வாய்ப்பாக இருக்கிறது.

இது மட்டுமின்றி, வாழ்க்கையில் இன்ப-துன்ப உணர்வுகளுக்கு அதிகமாக வசப்பட்டுத் தன்னை இழக்காமல் அமைதியுடன் ஏற்கும் மனப்பண்பு, அல்லது விவேகம், அறிவினால்தான் சாத்தியமாகிறது.

இந்த உண்மையான படிக்கற்களை வைத்து ஆண்-பெண் சமத்துவத்தை நோக்குங்கால், பெண்ணின் தரம் மிகத் தாழ்ந்து நிற்கிறது.

அவள் தூலமாகவும், சூக்குமமாகவும், தன் அறிவாற்றலைக் கட்டுப்படுத்தும் சக்திகளைப் பற்றி அறியாதவளாகவே இருக்கிறாள். ‘சவரன்’ அவளோடு கூடினாலே அவளுக்கு மதிப்பு உண்டாகிறது. இல்லையேல் எந்த இலக்கமும் இல்லாத பூஜ்யமாகவே அவள் மதிப்பிழந்து நிற்கிறாள். சமுதாயத்தின் உற்பத்திக்கான சக்தியாகத் திகழும் அவளுடைய நிலையை இன்றைய சமுதாய அமைப்பின் ஆதிக்கக் கோட்பாடுகள், நாலியும் பீலியுமாகக் குதறி எறிய முற்பட்டிருந்தும், ஒரு வார்த்தை ஏன் என்று கேட்கத் தெரியாதவளாகவே இருக்கிறாள். உயிரற்ற அணிகளால் கவர்ச்சி என்ற பொய்ம்மையைத் தன்னில் ஏற்றுக்கொள்வதையே நல்வாழ்வுக்கான ‘சாயுச்சியம்’ என்று கருதி, அதற்காகத் தனது ஏனைய மேன்மை நலங்களைப் பணயமாக்க அவள் தயங்குவதில்லை. கற்பொழுக்கம் என்ற

கோலினால் அவளைக் குற்றுயிராக அடித்துக் குப்பையில் தள்ளினாலும், அந்த அடியை உவந்து ஏற்றுக்கொள்வதுபோல தலை வணங்குகிறாள். அம்மட்டோ? குப்பையிலும் தானே வீழ்ந்ததாக அந்தப் பழியையும் குற்ற உணர்வையும் தானே சுமக்கிறாள். இவளுக்கு அறிவு இருக்கிறது. ஆனால் அது இயங்குவது நின்று எத்தனையோ காலமாகி விட்டது. அதில் இயற்கையான உயிரோட்டம் கிடையாது. குதிரைச் சேணம் போல் அவளுடைய அறிவுக் கண்களும் சேணம் சுமக்கின்றன. அப்படி மறைக்கப்பட்ட பார்வைக்கு உட்பட்டு, அவளுடைய இயல்பான ஆளுமை மலர்ச்சி குறுக்கப்பட்ட நிலை.

இது ஏன்? எப்படி இந்த முடக்கம் நேர்ந்தது? ஒவ்வொரு படிக்கட்டிலும் இவளது அறிவியக்க மலர்ச்சி கட்டுப்படுத்தப்படுவது எதற்காக?

இவள் தன்னைத்தானே உணர இயலாதபடி பிறவி எடுத்த நாளிலிருந்து தான் 'ஒருவனுக்காக' என்ற கருத்தைச் சுமக்க வைப்பதன் காரணம் என்ன?

பண்பாடு, சமய மரபுகள் என்றெல்லாம் இனம்புரியாத, தெளிவில்லாத பாசிக்குட்டைக் கலாச்சாரத்தை இவளுக்கு உரித்தாக்கி, உயர் கல்வி, அறிவாற்றல், பலதுறை ஆய்வுப் பயிற்சிகள், ஆன்மீக நெறியின் சாதனைகள் என்று விரிந்த எல்லைகளில் ஆணுக்குச் சாசனம் பண்ணிக் கொடுத்திருக்கும் முறைநெறிகள் எப்போது, எப்படி, யாரால் ஏற்படுத்தப்பட்டன? இவளுக்குக் கல்வியும் ஏனைய பிற சலுகைகளும் அளித்திருப்பதாக இந்த நாற்பத்தைந்தாண்டு காலச் சுதந்திர அரசியலமைப்பு தன் பெருந்தன்மையையும் கருணையையும் பறையடித்துக் கொண்டிருந்தும், பாசிக் குட்டைச் சேற்றிலிருந்து விடுபடாத நிலையிலேயே அழுந்தி இருப்பதன் காரணம் என்ன?

அந்நாள் நீதிநெறிக் கதைகள், புராணங்கள் அவள் அறிவைச் சுய மலர்ச்சியும் இயற்கையான மேன்மைகளும்பெற இயலாமல் போதனை ஏற்றின. முதியோர் வாய்மொழியாக, ஆணைகளாக, செயல்முறைகளாக அவளுக்கு உருவேற்றின.

இந்நாள் பெண் 'கல்வி' பெற்றிருக்கிறாள். எனவே இதே போதனைகளை, உருவேற்றல்களை, பத்திரிகைகள், திரைப்படங்கள், தொலைக்காட்சி ஆகிய மக்கள் தொடர்புச் சாதனங்கள் மிகவும் வலிமையுடன், மிகவும் மென்மையுடன், பெண்களையே குறிப்பாக்கி வெற்றிகரமாகச் செயல்படுத்திக் கொண்டிருக்கின்றன.

எனவே, இந்தப் பாசிக்குட்டைப் பணிப்புக் கலாச்சார வரலாற்றைத் துழாவிப்பார்க்க வேண்டியது அவசியமாக இருக்கிறது. வரலாற்று உண்மைகளில், புராணப் பட்டுத்துணி போர்த்தப்பட்டும், காலத்தின் தூசிகள் நீக்கப்படாமலே பூசை செய்து போற்றப்பட்டும் மூடுண்டுபோன குவியல்களைக் கிளறிப்பார்க்க வேண்டும்.

பெண்ணின் அறிவுக்கண்கள் சமையலறை இருட்டிலும், பிள்ளைப்பேற்று அறையிலும் குருடாக்கப்பட்டிருக்கும் இந்த நீண்ட நெடிய காலத்தில் எத்தனை ஆதாரங்கள் மாற்றப்பட்டனவோ? திருத்தப்பட்ட புதிய கடிவாளச் சட்டங்கள் போடப்பட்டனவோ?

இவற்றைத் தேட முற்பட்டு, உங்களுடன் சேர்ந்து சிந்திக்கத் துணிந்து அடி வைத்திருக்கிறேன். இந்தத் துணிவுக்கு ஆதாரங்களைக் காட்டிலும் நடைமுறைப் பிரத்தியட்சங்கள் வழிகாட்டுகின்றன. கரைகாணாக் கடலில் பயணம் செல்கையில் கடல்நீரில் நிலத் தாவரங்களின் சான்றுகள் காணப்பட்டால் நிச்சயமாகக் கரை அருகில் இருக்கிறதென்று நம்பிக்கை வருகிறதன்றோ?

காலந்தோறும் பெண்ணின் நிலை பற்றிய இந்தத் தேடல், நிச்சயமாக ஒரு புதிய விழிப்புணர்வை, இன்றைய பிரச்சினை மிகுந்த சமுதாய மக்களுக்குக் கொண்டுவரும் என்று நம்புகிறேன்.

ராஜம் கிருஷ்ணன்

1

வள்ளுவர் கூறும் வாழ்க்கைத்துணை

தமிழில் திருவள்ளுவர் படைத்துத் தந்த திருக்குறள் உலகப் பொதுமறை என்று போற்றப்படுகிறது. நாடு, மொழி, சமயம், சாதி என்ற வரையறைகள் கடந்து, மனித சமுதாயம் வாழ்வில் எக்காலத்தும் நிலையான மேன்மைகளைப் பெறுவதற்கான ஒழுக்கங்களைச் சொல்கிறது இந்நூல். அறம், பொருள், இன்பம் என்ற வாழ்வின் மூன்று பிரிவுகளிலும் நீதி நெறிகளை இந்நூலின் வாயிலாக அருளிச் செய்த வள்ளுவர், மொழியினால் ஒரு தமிழர் என்று மட்டுமே நம்மால் அறிய முடிகிறது. அவர் ஒரு குறிப்பிட்ட சமயத்தையோ, சாதியையோ சார்ந்தவராக உண்மையில் வாழ்க்கை நடாத்தி இருந்தாலும் அவர் படைத்தளித்திருக்கும் நீதிநூல், மானுட சமுதாய வாழ்வுக்கே பொதுத் தன்மையுடைய தாக விளங்குகிறது. இந்தக் காரணத்தாலேயே, திருக்குறள் 'உலகப் பொதுமறை' என்று சிறப்பிக்கப்பட்டிருக்கிறது.

மானுட சமுதாயம் என்று நோக்கும்போது, சான்றோரால் உருவாக்கப்பட்ட நீதிநெறிகளும் மறை நூல்களும் உண்மை யிலேயே, சமுதாய மாந்தருக்குப் பொதுவானதாக நெறிப்படுத்தப் பட்டிருக்கின்றனவா?

ஆண்-பெண் என்ற இரு பாலரும் சேர்ந்த கூட்டமைப்புத் தானே மானுட சமுதாயம்? இரு பாலருமே மானுடப் பிறவிக்குரிய பொதுவான ஆறறிவின் பண்புகளைக் கொண்டவர்கள்தாமே? மனம், அறிவு, பேச்சுத்திறன், உடல் திறன், அனுபவத்தினால் வளரும் அறிவுத்திறன், ஆளுமை எல்லாமே ஆண் இனத்தைப் போலவே பெண் இனத்துக்கும் இயற்கை அளித்திருக்கிறது. எனவே வாழ்வியல் நெறிகள் இரு பாலருக்கும் பொதுவானவை தாமே?

ஆனால், திருக்குறளில் அறம், பொருள், இன்பம் ஆகிய முப்பால் சார்ந்த வாழ்நெறிகளை ஒரு பெண் என்ற நிலையில்

இருந்து கூர்ந்து கணித்தால், அவை இரு பாலரையும் சமமாகக் கருதி கூறப்பட்டிருக்கவில்லை என்பது தெளிவாகிறது. ஆணின் மேம்பாட்டையும் வசதிகளையும் முன்னிலைப்படுத்துவதாகவே இருக்கின்றன. பெண் ஒரு மனிதப் பிறவியாகவே மதிக்கப்பட்டு இருக்கவில்லை.

முதலில், மாதிரிக்கு கடவுள் வாழ்த்து என்ற தலைப்பில் அமைந்த குறட்பாக்களைப் பார்ப்போம்.

அறவாழி அந்தணன் தாள் சேர்ந்தார்க்கல்லால்
பிறவாழி நீந்த லரிது.

தனக்குவமை இல்லாதான் தாள்சேர்ந்தார்க்கல்லால்
மனக்கவலை மாற்ற லரிது.
பிறவிப் பெருங்கடல் நீந்துவார், நீந்தார்
இறைவனடி சேராதார்

என்றெல்லாம், இறைவனைப் போற்றிச் சரணடைபவர்கள் மட்டுமே வாழ்வின் துன்பங்களைக் கடக்க வல்லார் என்று அறிவுறுத்துகிறார் வள்ளுவர்.

பொதுவாகப் பார்த்தால் இந்த நீதி இரு பாலருக்குமே உரியதாகத் தோன்றும்.

ஆனால், இதே அறத்துப்பாலில், வாழ்க்கைத் துணை நலம் என்று ஓர் அதிகாரம் வருகிறது. வாழ்க்கைத் துணை என்பது, இரு பாலருக்கும் பொருந்தக்கூடிய சொற்றொடர். ஓர் ஆணுக்கு வாழ்க்கைத்துணை பெண் என்றால் – ஒரு பெண்ணுக்கு வாழ்க்கைத்துணை ஆண் அல்லவா?

ஆனால் இந்தச் சொல் இங்கே தனித் தனியாக இரண்டு அதிகாரங்களுக்கு எடுத்தாளப்படவில்லை. ஒரு மனைவி எப்படி இருக்க வேண்டும் என்பது மட்டுமே இங்கே கூறப்படுகிறது. இதனால், இந்த அனைத்துப் பாக்களும் நீதிகளும் ஓர் ஆணை முன்னிலைப்படுத்தியே கூறப்பட்டிருக்கிறது என்பது தெளிவாகிறது. வாழ்க்கைத்துணை நலத்தில் மாதிரிக்கு இரண்டு குறட்பாக்களைக் காணலாம்.

தற்காத்து தற்கொண்டாற் பேணித் தகைசான்ற
சொற்காத்துச் சோர்விலாள் பெண்
தெய்வந்தொழாஅள் கொழுநன் தொழு தெழுவாள்
பெய்யெனப் பெய்யும் மழை.

தன்னையும் காத்துக் கொண்டு, தன்னை அடிமையாகக் கொண்டவனைப் பேணி, திருமணம் என்ற பிரிக்க முடியாத சத்தியச் சொல்லையும் காப்பதற்காக, எத்துணை துன்பங்களையும்

சோர்வில்லாமல் ஏற்கக் கூடியவள் - பெண்ணே! உனக்குக் கொழுநன்தானே வாழ்வு? அவன் உயிரோடு நலமாக இன்பமாக இருப்பது ஒன்றில்தானே உன் வாழ்க்கையே தொக்கிக் கொண் டிருக்கிறது? அதனால், அவனையே தெய்வமாகத் தொழு, உனக்கு அவன் பாதமே வாலறிவன் நற்றாள் - அறவாழி அந்தணன் தாள் என்று சொல்லப்படுகிறது. இதை ஓர் ஆணையாக வலியுறுத்தாமல், விளக்கெண்ணெய் குடிக்கக் குழந்தைக்கு ஆசை காட்டுவது போல், ஒரு பூவாரம் சாத்தப்படுகிறது. அதாவது, நீ தெய்வம் தொழுவதை விடுத்து, உனது கணவனையே தொழுது வந்தால், நீ 'பெய்' என்று சொன்னாலே மழை பெய்யுமடி! என்று ஒரு பொய்ப் பூவாரம் மென்மையாகச் சாத்தப்படுகிறது. இவள் அறிவற்ற முட்டாள்தனத்திற்கு ஒரு பட்டுப் போர்வை போர்த்தப்படுகிறது.

வாழ்க்கைத்துணை, இல்லாள் - மனைவி என்ற பொருளி லேயே அவள் எவ்வாறு இருக்க வேண்டும் என்று அறிவுறுத்தும் வள்ளுவர், மனிதர் யாவருக்கும் கல்வி அவசியம் என்பது போல் 'கல்வி' என்ற அதிகாரத்தை ஒதுக்கியிருக்கிறார் என்றாலும் வாழ்க்கைத் துணைக்குரிய பத்துக் குறட் பாக்களில் ஒன்றிலும் கூட, ஒரு மனைவிக்குக் கல்வியறிவு இன்றியமையாதது என்று குறித்து விடவில்லை. கல்வியறிவு இருந்தால், அவள் தன் முட்டாள்தனத்தினால் மழை பெய்யும் என்பதை நம்ப மாட்டாள் அல்லவா? திருமண வாழ்வு என்பது வாழ்வின் இன்பங்களும் பயன்களும் ஆணுக்கே உரித்தாகும்படி, கடுமைகளையும் துன்பங்களையும் பெண் வலிந்து பொறுப்பேற்க வேண்டும் என்ற ஒரு நெறியையே காலம் காலமாக இந்திய மரபு நடை முறைப்படுத்தி வந்திருக்கிறது.

குரூபியான கணவனை, தொழுநோயால் அழுகிச் சொட்டு பவனை, கட்டியவளை அடித்துத் துன்புறுத்தி நாள்தோறும் அவள் கண் முன் வேறொரு நங்கையிடம் குலாவுபவனை, அவள் நலங்களை உறிஞ்சிச் சக்கையாக்கி விட்டு, அவளையும் குழந்தைகளையும் உதறிவிட்டு மறந்து போனவனை என்றெல்லாம் கதைகளில் வரும் கணவன்மார்களை உத்தம பத்தினிகளாக கற்புக்கரசியர் கடைசி வரையிலும் தெய்வமாகத் தொழுது பணிசெய்வர். அவன் உதறினாலும் அவன் காலடியில் அழுது கரைந்து, அடிமையாகப் பணிபுரிய ஏற்றுக் கொள்ள வேண்டும் என்று கெஞ்சி நிற்பர். கணவன் ஆவி பிரியுமுன், பூவோடும் பொட்டோடும் அவனுக்கு முன் தன் ஆவியை

விடுத்து, பரலோகத்தில் அவனுக்கு முன் சென்று அவனை எதிர்கொள்வார்கள்.

ஒரு பெண்ணுக்கு இலட்சியமாக விதிக்கப்படும் கற்புநெறி இது. இந்த நெறியிலிருந்து அவள் ஓர் இழையளவு மாறினாலும் பெற்றோர், உற்றோர் யாவரும் அவளை ஏறெடுத்தும் பாரார். சமுதாயம் அவளைப் புறக்கணித்து ஒதுக்கும், மரணத்தைத் தழுவுவதொன்றே அவளுக்கு உய்யும் வழியாம்.

இந்தக் கற்பு நெறியின் கூரிய வாள் முனையில்தான் பெண்ணின் எல்லா மேன்மைகளும் மலர்ச்சிகளும் தொங்கிக் கொண்டிருக்கின்றன.

இயற்கை இரு பாலருக்கும் மனிதப் பண்புகள் அனைத்தையும் பொதுவாகவே அளித்திருக்கிறது. இரு பாலரும் ஒரு முழுமையின் இரு சரிபாதிச் சமமான பகுதிகளாக இல்லாவிட்டாலும், ஒருவருக் கொருவர் சில மாறுபட்ட தன்மைகளினால், இணையும் சேர்க்கை யினாலேயே முழுமையான மனித சமுதாய வளர்ச்சியை அடையலாம் என்பதே உண்மையாகும்.

மிகவும் புராதனமான இந்திய சமயம் சார்ந்த கருத்துப்படி படைப்புக் கடவுள், தாமே இரு கூறுகளாகப் பிரித்து ஆண் - பெண் என்ற சக்திகளைத் தோற்றுவித்தார் என்பர்.

இந்தக் கருத்தில், ஒருவருக்குள் மற்றவர் அடக்கம் என்ற குறிப்பு நிச்சயமாக இல்லை.

2

வேதத்தில் என்ன இருக்கிறது?

மனித இனம் தோன்றி, பண்பாடு என்ற பரிணாம வளர்ச்சி பெற்று முன்னேற்றம் அடையப் பல்லாயிரக் கணக்கான ஆண்டுகள் சென்றன. காடுகளில் ஒழுங்கற்ற வளர்ச்சியில் எண்ணற்ற தாவர வகைகளும் விலங்குகளும் தோன்றி, தன்னிச்சையாக வளர்ந்தன; வீழ்ந்தன; மீண்டும் புதிதாகப் பிறந்தன; துளிர்த்தன. ஆதி மனிதரும் இவ்வாறே வன விலங்குகளுக்கிடையே அவற்றைப் போன்றே கூரிய நகங்கள் கொண்டு உயிரினங்களுடன் போராடி வென்று பச்சையூண் உண்டனர்; பெண்ணுடன் கூடி இயல்பூக்க உந்துதலால் இனம் பெருக்கினர்; இயற்கையின் விபத்துக்களாகிய காட்டுத்தீ, பனிக்குளிர், வெள்ளம் ஆகியவற்றினின்று தம்மைப் பாதுகாத்துக் கொள்ளப் போராடினர்.

இந்தப் போராட்டத்தில் அவர் தம் அறிதிறன் வளர்ந்தது; குகை மனிதராகி நெருப்பைப் பயன்படுத்தத் தெரிந்து கொண்டனர். பின்னர் அந்த நெருப்பை நினைத்தபோது மூட்டிக் கொள்ளும் வித்தையைக் கண்டு கொண்டு மேலும் வாழ்க்கை வசதிகளைப் பெருக்கித் தீவிரமாக முன்னேறினர். மரணம் ஒரு தடுக்க முடியாத நிகழ்ச்சியாகக் கண்டு கொண்டனர். அதே சமயம், அதை ஈடு செய்ய ஒரு மகவைப் பெறும் தாய் என்னும் சக்தியை அற்புதமாகக் கண்டனர். எனவே, பெண் சர்வ சக்தியுடையவளாக அறியப்படலானாள்.

ஆணை விட இவள் மிக இயற்கையுடன் நெருக்கமாக அதன் ஒரு பகுதியே போல் இயங்கினாள். நெருப்பாக, நீராக, கல்லாக, கனியாக இருக்கக்கூடிய எதிர்மறைத் தன்மைகளைப் பண்புகளாகக் கொண்டவளாகப் பெண்ணை இனம் கண்டு கொண்டனர்.

இவள் வேட்டையாடினாள். குருதி கண்டு அஞ்சவில்லை. பகைவர்களை மூர்க்கமாக எதிர்த்தாள். அகங்காரமும் பழி

வாங்கும் குரூரமும் இவளுக்குப் புறம்பானவை அல்ல. என்றாலும், இவள் அன்பே உருவானவளாகத் திகழ்ந்தாள். தன் உதிரத்தைப் பாலாக்கி, மக்களுக்கு அமுதூட்டினாள். வாஞ்சையும் பரிவுமாகப் பேணி வளர்த்தாள். கொடிய நோவையும் துன்பங்களையும் தான் ஏற்று மக்களைப் பாதுகாத்தாள். இப்படிப் பிறவி கொடுத்த காரணத்தால், 'ஜனனி' என்று அறியப்பட்டாள். இவளால் உயிர் பெற்று உலகுக்கு வந்த மக்கள் - 'ஜனம்' என்ற சொல்லால் அறியப்பட்டார்கள். குடும்பம், சமுதாயம் என்ற கட்டமைப்புகள் தோன்றியிராத இந்தக் காலத்தில் குழுக்களாகவே மாந்தர் வாழ்ந்தனர். குழுக்கள் தாய்த் தலைமையே பெற்றிருந்தன. மாமன், மாமி, அத்தை, சித்தப்பா என்ற உறவு முறைகள் தோன்றியிருக்க வில்லை. ஆண்களும் - பெண்களும் என்ற இனச் சேர்க்கைத் தொடர்புகளில் எந்த முறையும் ஆதியில் இல்லை.

வேத காலத்துக்கும் முந்தையதென்று ஹரப்பா நாகரிகம் கணிக்கப்படுகிறது. இக்காலத்து மாந்தர் வழிபட்டதாகக் கருதப் படும் பிரதிமைகள் சில உண்மைகளைத் தெரிவிக்கின்றன. பெண் உருவும், அதிலிருந்து கிளைத்து வரும் செடி போன்ற வடிவமும், பூமி வண்மை, மக்கட் குலம் பெருக்கும் தாய்மை - இரண்டையுமே சுட்டுகின்றன.

மொஹஞ்சதாரோ-ஹரப்பா நாகரிகம், தாயாண் சமுதா யத்தை முதன்மையாகக் கொண்டிருக்கலாமென்று ஊகம் செய்ய இடமிருக்கிறது. ஆனால், மானுட சமுதாய வாழ்வைப் பற்றிய மிகத் தொன்மையான சான்றுகளை, ரிக் வேத, இராமாயண, மகாபாரத இதிகாசங்களில் இருந்தே நாம் பெற முடிகிறது. இந்த இலக்கியக் கருவூலங்கள், தந்தையாண் சமுதாயம் தோன்றி நிலைப்பட்ட காலத்தையே பெரிதும் சார்ந்திருக்கின்றன.

வேதங்கள் தொகுக்கப்பட்ட காலத்தைப் பற்றி ஆராய்ச்சி யாளர்கள், பல்வேறு விதமான கருத்துகளைத் தெரிவிக்கிறார்கள். என்றாலும், ஏறக்குறைய கி.மு. *1300 லிருந்து 900 ஆம் ஆண்டு வரைக்குட்பட்ட காலமாக இது கணிக்கப்பட்டிருக்கிறது. ரிக், யஜுர், சாம, அதர்வண என்ற நான்கு வேதங்களும் ஒரே காலகட்டத்திலன்றி, ஒன்றிரண்டு நூற்றாண்டுக் காலங்களில் முறைப்படுத்தப்பட்டிருக்கலாம் என்று ஊகிக்கலாம்

உலக இலக்கியங்களில் ரிக் வேதம் மிக உயர்ந்த காவிய மாகக் கருதப்படுகிறது. இயற்கைச் சக்திகளை, மானுட வடிவுக்கும் வாழ்வுக்கும் உட்படுத்தி, தெய்வங்களாகத் துதிக்கும் பாடல்களும் மந்திரங்களும் அடங்கியதே இந்த நூல்.

எனவே, சமுதாய வாழ்க்கை பற்றிய வரலாற்றுச் சான்றுகளை முதல் வேதமாகிய ரிக் வேதத்திலிருந்து பெற முடிகிறது.

யஜுர் வேதம், யாகங்கள் செய்யும் முக்கியமான வழி முறைகளை முதன்மைப்படுத்துகிறது.

சாம வேதம், ரிக் வேதத்தைச் சார்ந்த துதிப்பாடல்களாய், இசைப்பதற்கு ஏற்ப விளங்குகிறது.

அதர்வண வேதம், போர்க்கலை சார்ந்த மந்திர தந்திரங்கள், ஆயுர்வேதமாகிய மருத்துவம் ஆகிய அம்சங்களைக் கொண் டிருக்கிறது. இப்பாடல்கள், பல நூறு ஆண்டுகளாக, மனித இனத்தின் நினைவாற்றல், ஓசை நயங்களாலேயே கருத்தை வெளியிடும் நுட்பமான ஆற்றல் மிகு மொழித்திறன் – ஆகிய வற்றுக்குச் சான்றாக, வரிவடிவம் காணாமலே காப்பாற்றப்பட்டு வந்திருக்கின்றன. இது வியப்பாக இல்லையா?

இந்நாட்டில் எழுத்தறிவும் மொழி வளர்ச்சியும் பரவலாக மக்களுக்குப் பயன்படும் சாதனங்களாகக் கூடிவிட்ட காலங் களிலும், வேதங்கள் மட்டும் எழுதாக்கிளவியாக, குரு-சீட பரம்பரையாக, நாவினால் உச்சரிக்கப்பட்டே பாதுகாக்கப்பட்டு வந்திருக்கின்றன.

ஆயிரமாயிரமான இப்பாடல்களை இசைத்துப் பாதுகாப் பதற்கென்றே தம்முள் ஒரு பிரிவினரை நெறிப்படுத்தி, அவர்களுக்கு மிக உயர்ந்த சமுதாயப் பொறுப்பென்று இதை அளித்திருந்தது அந்நாளைய ஆரிய சமுதாயம்.

பல நூறு ஆண்டுகளுக்குப் பின்னரும் இந்தப் பாடல்கள் இந்து சமய சமூகச் சடங்குகளில் இசைக்கப்படுகின்றன. கால ஓட்டத்தில் மனித சமுதாயம், அன்றைய வாழ்முறையிலிருந்து நெடுந்தொலைவு கடந்து வந்த பிறகும், சமுதாயப் பரம்பரை என்று வரலாற்றுச் சிதிலங்களைப் பொருளும் இடமும் புரியாமலே பின்பற்றி வந்திருக்கிறோம்.

இவற்றுள் மிக முக்கியமானது திருமணச் சடங்குதான். ரிக் வேதம் விவரிக்கும் ஒரு திருமணம், ஒளித் தேவனான ஸவிதாவின் மகள் சூர்யா, சோமனை மணப்பதாக வரும் செய்தியாகும். இதில் வரும் மந்திரப் பாடல்களை ஒட்டியே இன்றளவும் இந்துத் திருமணங்கள் முறைப்படுத்தப்பட்டிருக்கின்றன.

இன்றைய வரதட்சணை, சவரன்கள், பட்டுச்சேலை துணி வகைகள், 'ரிசப்ஷன்' விருந்துபசார ஆடம்பரங்கள், ஹனிமூன் பயணச்சீட்டுச் செலவுகள் ஆகிய மலைகளுள் புதைந்து போகும் அந்த மந்திரங்களின் பொருளை அவற்றைக் கிளிப்பிள்ளை

போல் உச்சரிக்கும் 'புரோகிதரே' அறியமாட்டார். உலகாயதம் விழுங்கித் துப்பிய எச்சங்களாக விளங்கும் புரோகிதங்களில் காண்ட்ராக்டாகப் பேசிவிட்ட தொகைதான் பேசுகிறது.

ஆனால், வேதம், சத்தியம், பிரும்மம், அதீதம், பெண்களாலும் கீழ்ச் சாதியினராலும் தீண்டப்படக் கூடாதது, உச்சரிக்கப்படக் கூடாதது என்று குரு புரோகித வர்க்கங்கள் இன்றும் கோடு கிழிக்கின்றனவே, ஏன்?

திருவள்ளுவர் பெண்களுக்கென்று, இல்லத்தரசிகளாக விளங்க நீதிகளை வலியுறுத்தியிருக்கிறார். இந்த நீதிக் கருத்துகளையே கோட்பாடுகளாக்கி மகளிர் மேம்பாட்டுக்கு அருந்தொண்டாற்றும் பத்திரிகைகள் பல, தமிழ்நாட்டில் மகளிரின் பேராதரவைப் பெற்றிருக்கின்றன. அப்படி ஒரு மகளிர் இதழ், சனாதன தர்மங்களை இந்தக் கலியுகத்திலும் போற்றிப் பாதுகாக்கும் சமயக்குரவர்களில் ஒருவரான சங்கராசாரிய சுவாமி களையே கேள்வி – பதில் சேவையில் ஈடுபடுத்தியுள்ளது.

பெண்களுக்குச் சுயமாகச் சிந்திக்கும் அறிவு ஏது?

எனவே, அஞ்ஞானிகளான பெண்கள், தம் சந்தேக வினாக்களை எழுப்ப, சுவாமிகள் தம் ஞான ஒளி திகழும் பதிலைத் திருவாய் மலர்ந்தருள்கிறார்.

மாதிரிக்கு ஒரு கேள்வி – பதில் பார்ப்போம்.

“பிற மதத்தினரிடையே பெண்கள் வேத நூல்களைப் படிக்கத் தடை இல்லையே? இந்து மதத்தில் மட்டும் பெண்கள் வேதங்களைப் படிக்கலாகாது என்றிருப்பது ஏன்?”

“வேதங்களில் உள்ள கருத்துகள் புராணங்களில் இருக்கின்றன. நீங்கள் புராணக் கதைகள், நீதி நூல்கள், பகவத் கீதை இதெல்லாம் படிக்கலாமே? – போதுமே?...”

இந்த பதில் எப்படி இருக்கிறது?

பெண் குழந்தை, கேட்கிறது. “அண்ணனுக்கு மட்டும் பால் கொடுக்கிறீர்கள், எனக்குப் பால் கிடையாதா?”

“பாலிலிருந்து தானம்மா இந்தப் புளித்த மோர் பிறந்தது. இதில் நிறைய நீரும் உப்பும் கலந்திருப்பதால் சுவை உண்டு, உனக்கு இதுவே நல்லதம்மா !” என்று தாய் பெண் குழந்தைக்குக் கூறுவது போலில்லை? பெண்கள் படிக்க முடியாமல் அந்த வேதத்தில் என்ன இருக்கிறது? எதற்காக இப்படிப் பெண்ணுக்குத் தடை விதிக்கப்பட்டிருக்கிறது. பார்க்க வேண்டாமா?

3

சுதந்திரத் தாய் – கற்பு ?

இருபதாம் நூற்றாண்டில் பெண் விடுதலைக்குக் குரல் கொடுத்த அமரகவி சுப்ரமணிய பாரதி, மனம் பொங்கிப் பொறுக்காத நிலையில் கேட்கிறார்: நாம் நமது பெண்களுக்கு எழுதப் படிக்கச் சொல்லிக் கொடுக்கிறோம். எதற்காக? அவர்களைச் சிந்திக்க விடாமல் அழுத்தி வைக்கும் கற்புக் கதைகளும் நீதிக் கதைகளும் படிக்க மட்டுமே தான் !

ஒரு நீதிக் கதையை இங்கே பார்ப்போமா?

கானகச் சூழல். அவளுடைய கணவன் அவள் மடியில் தலை வைத்துப் படுத்து உறங்குகிறான். சற்று எட்டி, அவர்களுக்குச் செய்த அடுப்புத் தீ, தணலாக இருக்கிறது. குளிருக்கும் இதமாக இருக்கிறது. பக்கத்தில் உறங்கிய குழந்தை விழித்தெழுந்து விட்டது. நடக்கும் பருவம் வந்திராத பிஞ்சுக் குழந்தை தவழ்ந்து, ஜொலிக்கும் தணலின் அருகே செல்கிறது.

அவள் அசைந்து தடுத்தால், கணவனின் உறக்கம் கலைந்து விடும். கத்தினாலும் அவன் விழித்தெழும்படி உறக்கத்துக்குப் பங்கம் வந்து விடும். ஒரு பக்கம் பதி சேவை. மறுபக்கம் விடை தெரியாத குழந்தை நெருப்பை நாடிப் போகிறது. குழந்தை உயிர் பெரிதா? பதி சேவை பெரிதா? சந்தேகமென்ன?

பதி சேவைதானே ஒரு பெண்ணின் தலையாய கடமை?

அந்தப் பத்தினி அக்கினி தேவனை வேண்டித் தொழுகிறாள். "தேவனே! என் குழந்தையைச் சுட்டு விடாதே! அவனுக்குச் சந்தனமாக நீ குளிர்ச்சியைக் கொடு!"

அவளுடைய பதி சேவையின் மாண்பைக் கண்டு உருகி, அக்கினி தேவன் சந்தனமாகக் குழந்தைக்கு இதம் செய்தான் என்பதே கதை.

ரிக் வேதப் பாடல்கள், பல்வேறு காலங்களில் பல்வேறு கவிக்குரவர்களால் பாடப் பெற்றவை. சில பாடல்கள் பெண்

ரிஷிகள் யாத்தவை என்று காண்கிறோம். இது குறித்து அறிஞர்கள் கருத்து வேறுபாடு கொண்டுள்ளனர். என்றாலும், இந்தப் பாடல்கள் வேத காலத்துக்கும் முந்தைய, தாய் வடிவையும் சிறப்பிக்கின்றன; பின்னர் தந்தையாண் சமுதாயத் தொடக்க காலப் பெண்மையையும் சிறப்பிக்கின்றன. பெண்மை என்ற முழுமையில் விகசிக்கும் முதல் இயல்பாகிய தாய்மைக்குக் கற்பு வளையமிட்டுப் பிணிக்கக் கூடிய ஓர் இழை கூட இந்த வடிவங்களில் விழுந்திருக்கவில்லை. அந்தச் சிந்தனையே இல்லை.

பெண்மையின் நல்லியல்புகள், மகள், சகோதரி, அன்னை என்ற உறவு நிலைகளில் பொருந்துவதையே இவை காட்டு கின்றன. அதிதி என்ற தேவதை, தாயின் முழு வடிவாகப் போற்றப்படுகிறாள். அதிதி என்ற சொல்லுக்கு, எல்லையற்றவள், கட்டுப்படாதவள், சுதந்தரமானவள் என்று பொருள். எனவே இத்தாய்த் தேவதை, தந்தையாண் சமுதாயத்துக்கு முந்தைய காலத்தின் பிரதிபலிப்பு என்று கொள்ளலாம். இவள் மிகவும் அக்கறையுடன் மக்களைப் பேணி, நல்வழி நடாத்திச் செல்லும் திறமையும் கருணையும் அன்பும் கொண்டவளாக இருக்கிறாள். மித்ரன், வருணன், இந்திரன், அர்யமான் என்ற புதல்வர்கள் இவள் பெயராலேயே ஆதித்தியர்கள் என்று குறிக்கப்படுகின்றனர்.

அதிதி, ரிக் வேதத்தில் எண்பத்தெட்டுப் பாடல்களில் போற்றப்படுகிறாள். நிகரற்ற புதல்வர்களாகிய ஆதித்தியர் களுடன் இவள் துதிக்கப்படுகிறாளே ஒழிய, கட்டுக்கடுத்திகை யாக, பதி சேவை செய்யும் மனைவியாக – அல்லது தம்பதியாகக் குறிக்கப்படவில்லை. ஓரிடத்தில் கஸ்யபரின் மனைவி என்ற குறிப்பு இருந்தாலும், அந்த மகன்கள் அவர் புதல்வர்கள் என்ற குறிப்பும் இல்லை. எனவே, தாயாண் சமுதாயத்தில் பெண், அவள் தாய் என்ற உன்னதமான சிறப்பைப் பெற்றிருந்தாள் என்பதில் ஐயம் இல்லை. அவள் பெயராலேயே மக்கள் அறியப்பட்டனர்.

கீழை நாட்டு அறிவுச் செல்வங்களாகிய வேத இலக்கியங் களை உலகுக்கு அளித்த ஜெர்மானிய முனிவர் என்று போற்றப்படுகிறார் மாக்ஸ் முல்லர். அவர் அதிதியை வானுக்கும் மண்ணுக்கும் அப்பால் விரிந்த எல்லையற்ற ஒரு பொருளின் நற்பண்புகளுக்கும் ஆற்றலுக்கும் பண்டு பண்டு முன்னோர் உணர்ந்தளித்த தெய்வீக வடிவு என்றும் வியந்து கருத்துரைக்கிறார்.

அதிதி - கட்டுப்படாதவள் என்றும், திதி - கட்டுப்பட்டவள்

என்றும் பொருள் கொள்ளும்படி ஓரிரு இடங்களில் திதி என்ற தாயும் குறிப்பிடப்படுகிறாள். ஆனால், திதியை நேர் எதிர்மாறான தீய பண்புகளுக்கு உறைவிடமாகக் கருதும் குறிப்பே இல்லை. உண்மையில் ஆண் மகவை வேண்டித் துதிக்கப்படும் பாடலில் திதி குறிக்கப் பெற்றிருக்கிறாள்.

ஆனால், இந்தத் தாய்ச்சிறப்பு, ஒருவரின் மனைவியாகும் சார்புப் பிராணியாகத் தோத்திரங்களில் கீழ் முகமாகத் தொடங்கிய போது, திதி அசுரர்களின் அன்னை என்றும், தீமைகளின் இருப்பிடம் என்றும் அதிதிக்கு எதிர்மாறான பகையுணர்வு கொண்டவள் என்றும் உருவகப்படுத்தப்படுகிறாள்.

ப்ருத்வி என்ற தேவதை, மண் அன்னையாக, பரந்த வெளி யெங்கும் வியாபித்தவளாகப் போற்றப்படுகிறாள். அதர்வண வேதத்தில் இடம்பெறும் பிருதிவிஸூக்தம் என்ற பகுதி, மண் – அன்னையே, முக்காலத்தும் இக்காலத்தும் எஜமானி – தாய் – என்று சிறப்பிக்கிறது.

'வந்தே – மாதரம்' என்ற தாரக மந்திரத்தின் உட்பொருளாக விளங்கும் இந்தப் பாடல்கள், மக்கள் இவள் மார்பில் அமுதத்தை உண்டு, இவள் மீது தவழ்ந்து, ஓடியாடி வளர்ந்து பல்வேறு மொழிகள் பேசிப் பல்கிப் பெருகுவதை உணர்த்துகின்றன.

மண் அன்னைக்கு நாயகனாக வானும் குறிக்கப்படுகிறது; மழையைப் பொழிய வைக்கும் மேகங்களும் நாயகன் என்று கூறப்படுகின்றன. வானின் மைந்தன் மழை என்றும் வருகிறது. இவ்வாறு நாயகர்களை உருவகப்படுத்தும் நோக்கில், பிற்காலக் கற்பு நெறியின் ஓர் இழையோட்டம் கூடக் காண்பதற்கில்லை.

ரிக் வேதப் பாடல்களில் 'ஸீதா' என்ற தேவதையைக் காண்கிறோம். 'ஸீதா' என்ற சொல், உழுபடைக் கருவியாகிய கலப்பையைக் குறிக்கிறது. இது, மனிதர் வேட்டையாடி ஊன் உண்டு வாழ்ந்த நிலையிலிருந்து முன்னேறி, நிலத்தை உழுது பயிரிட்டுத் தானியம் விளைவித்து உண்ணும் நாகரிகத்துக்கு வந்த காலத்தைக் குறிக்கிறது. நல்ல பயிர் விளைச்சலுக்கு ஸீதையின் அருள் வேண்டப்படுகிறது.

ஓ! பேரருள் மண்ணகமே! ஸீதா!

எங்கள் செல்வங்கள் பெருக உன்னைப் போற்றுகின்றோம்!

காலமெல்லாம் பால்வளம் பெருக, வண்மை செழிக்க, ஸீதே! நீ அருள்வாய்!

கலப்பையின் உழுமுனைகள் எங்களுக்காகப் பூமியில் பதிந்து செல்லட்டும்!

எங்கள் ஆயர்கள் கன்றுகால்களை மகிழ்வுடன் மேய்ச்சலுக்குக் கொண்டு செல்லட்டும்!

என்று துதிக்கப் பெறுகிறாள்.

பிற்கால இலக்கியங்களில், ஸீதா மழைக்கு அதிபதியான இந்திரனின் மனைவி என்று குறிப்பிடப்பட்டிருந்தாலும், ரிக் வேதப் பாடல்களில் அக்குறிப்பு இல்லை.

உழுபடைக் கருவிக்கு அதிதேவதையாக இருந்த பெயரை, இந்திரனான இராமனுக்கு மனைவியாக்கி, புதிய நிலவுடைமைச் சமுதாயத்துக்கு விதிக்கப்பட்ட கற்புக் கோட்பாடு, இராமாயணக் காவியத்தின் வாயிலாக நெறிப்படுத்தப்படுகிறது.

உஷஸ் அல்லது உஷா மிக அழகான (பெண்) தேவதையாக வருணிக்கப் பெறுகிறாள். முற்கூறிய தெய்வங்கள் தாய் வடிவங்கள். ஆனால், இவள் சுதந்திரமான வீட்டு மகள் போல், வானுக்கும் ஒளித் தெய்வத்துக்கும் பிறந்த செல்வ மகளாக உருவகப்படுத்தப்படுகிறாள்.

வானிலே தெரியும் இந்த எழில் மிகு ஒளிக்கன்னி, கிழக்கிலிருந்து மேற்கே செல்லும் மாட்சியைக் கண்டு இவளில் மனம் பறி கொடுக்காதவர் உண்டோ?

ரிக் வேதத்தில் இவளுக்கு இருபது பாடல்கள் இருக்கின்றன.

"வானின் விளிம்புகளெல்லாம் ஒளிவெள்ளம் பாய்ச்சி,
இருளின் துகில்களை விலக்கி எறிந்தனள்
பொன்னின் குதிரைகளின் குளம்படி ஒலியில் பூதலம் விழித்தெழ,
உதயகன்னி தன் நற்றேர் ஏறி வந்தனள்
"எழுமின் மூச்சுக் காற்றே! உயிர் நம்மை மீண்டும் வந்தடைந்தது!
இருள் தொலைந்து ஒளி பாய்ந்து பரவுகிறது.
கதிரோனின் பயணத்துக்குக் கட்டியம் கூறி ஒளிமகள்
பாதை அமைக்கிறாள்; நீண்டு வாழ்வோம்!"

இவள் புராணியாய், என்றும் குன்றா இளமையும், வண்ணமுமாய், புதுமகளாய் நிதம் நிதம் குறித்த நேரம் தவறாமல் தோன்றுகிறாள். இவள் தன் காதலனின் ஒளிக்கிரணங்கள் பட்டதும் முகம் சிவக்கப் பூரிக்கிறாள். மண்ணகத்துக் கன்னியர், கட்டுப்படாத சுதந்திரர்களாக நடமாடுகையில் தொடர்ந்து செல்லும் இளைஞர்களைப் போல், இவளையும் பல தேவர்கள் தொடர்ந்து வருகின்றனராம். ஆனால் இவளோ, மனம் கவரும் காதலன் நெருக்கத்திலே முகம் சிவக்கப் பூரிக்கிறாள். அந்தக் காதலன் யார்?

ஒளியோனாகிய சூரியன்தான்! (தந்தை என்றும் உருவகமாகி

யிருக்கிறதே என்று கேட்கலாம். பாகுபாடுகள் பிரிந்து விடாத ஆதி சமுதாய மரபின் இழைகள் தாம்.) அக்னியும் இவளுக்குக் காதலன். சந்தித் தேவர்களாகிய அசுவினி தேவர்கள் என்ற இரட்டையர்க்கும் இவள் உகந்தவள். சந்திரனுடன் தொடர்பு கொண்டவளாகவும் பேசப்படுகிறாள்.

ராத்ரி இரவுத்தேவதையாகத் துதிக்கப்படுகிறாள். ஒரே ஒரு பாடலில்தான் இவள் வருகிறாள். உஷையின் சகோதரி இவள். இவள் இரவுக்குரியவளாக இருந்தாலும், நட்சத்திரங்களாகிய ஆயிரம் கண்களுடன் ஒளிர்ந்து மலை முகடுகளையும் இருண்ட பள்ளத்தாக்குகளையும் அவ்வொளியில் இருள் அகற்றுபவளாகவே சித்திரிக்கப்படுகிறாள். இவள் உழைப்பின் களைப்பை நீக்கிப் புத்துயிரளிக்க, உயிர்க் குலமனைத்தையும் ஓய்வு கொள்ளச் செய்து, தீமையின் நிழலும் படியாமல் பாதுகாக்கிறாள்.

உஷையும் ராத்ரியும் வானும் மண்ணும் மகிழ்ந்து குலாவும் தெய்வீகக் கன்னியர். மாறி மாறி வந்து உலகை வாழ வைக்கும் இவர்கள் இருவருக்கும் இலட்சியம் ஒன்றே. இவர்கள் ஒருபோதும் மோதிக் கொள்வதுமில்லை; நின்று விடுவதுமில்லை.

பெண்ணுக்குப் பெண் என்ற உறவுகளில் வேற்றுமையும் விரோதமும் புகுத்தப்பட்டு, காலம் காலமாகப் பெண்கள் ஒன்றுசேர முடியாது என்று நெறிப்படுத்தப்பட்டு, பெண்ணுக்குப் பெண்ணே யமனாக நிற்கும் நடைமுறைக் காலத்தில் நாம் வாழ்கிறோம். ஆனால், அத்தகைய ஐயங்களுக்கே முந்தைய சித்திரிப்பில் இடமில்லை.

4
சிறகுகளும் பொற்கூண்டும்

மேலான ஞான நிலையும் அறிவுத்தேட்டமும் பெண்ணுக்கு மறுக்கப்பட்டாலும் கௌரி பூசை, லட்சுமி பூசை, விரதங்கள், நோன்புகள் என்று பெண்களுக்கு ஆண்டு முழுவதும் சமயம் சார்ந்த ஒழுக்கங்கள் வரையறுக்கப்பட்டிருக்கின்றன. பூசை, விரதமென்றால் எத்தனை வேலை? வீடு பெருக்கி, மெழுகி, பூசனைக்குரிய எல்லா ஏற்பாடுகளையும் செய்தாக வேண்டும். எட்டு மணிக்கு அலுவலகம் செல்லும் 'உத்தியோகக்காரியும்' இந்த விதிகளிலிருந்து தப்பி விட முடியாது. எட்டு மணிக்குள் மாவரைத்து, கிண்டி, கிளறி, பலகார நிவேதனம் தயாராக்க வேண்டும். குருவானவர், மெயில் வேகத்தில் மந்திரங்களைச் சொல்லி மணியடிக்கிறார். இவள் மலர் தூவி 'அர்ச்சனை' முடித்து, குருவானவர் அடுத்த இடத்துக்கு விரைந்ததும் தானும் அலுவலகம் செல்கிறாள். 'உபவாசம்' என்றால், அலுவலகத்திலும் தேநீர் கூட அருந்தாமல் நியமம் காப்பதை நம்புகிறாள். அந்த மந்திரத்தையோ, வாசகத்தையோ அவள் தானாகச் சொல்லாமல் ஓர் ஆண் குருவையே நாடுகிறாள். பெண்ணாய்ப் பிறந்தவள் கடவுளை வழிபடுவதன் நோக்கமே, கணவனின் ஆயுளையும் அவன் சுக போகங்களையும் மக்களின் நலத்தையும் சார்ந்ததாக இருக்கிறது. இந்தப் பூசனையில்லாமல், அறிவுக்கும் ஞானத்துக்குமான சரசுவதி தேவியின் பூசனையைக் கூடப் பெண்ணுக்கு உரிமையானதாக அவளே செய்வதாக இல்லை.

ஏன்?

இந்தக் கேள்வி, இன்று வரையிலும் எந்தப் படித்த பெண்ணும் கேட்கக் கூடியதாகக்கூட இல்லை.

உலகெங்கிலுமுள்ள ஆதிக் குடியினரிடையே, மனித சமுதாயத்தின் இனக்குழு நாகரிகம் சார்ந்த சமயச் சடங்குகளைப் பெண்களே நிறைவேற்றினர் என்பது தெளிவாகத் தெரிகிறது.

ஆதிமனிதர் விளைநிலம் சார்ந்த சடங்குகளைச் செய்யும்போது, தானியம் விதைப்பதும், விளைச்சலுக்கான வண்மை சேர்ப்பது மான செயல்களை – இயற்கை அன்னையைத் தொழும் வழி பாடுகளை, பெண்ணே முன் நின்று நிறைவேற்றி இருக்கிறாள். முதல் மருத்துவரும் பெண்ணாகவே இருந்திருக்கிறாள்.

ரிக் வேதம் கூறும் பெண் தெய்வங்களில் வாக், ஒலிக்குரிய தேவதையாகச் சிறப்பிக்கப்படுகிறாள்.

ரிக் வேதப் பாடல்களை யாத்த ரிஷிகளின் பெயர்களும் பெண் தெய்வங்கள் பெயர்களாக இருக்கும் குறிப்பினால் ஐயத்துக்கிடமான விவாதங்கள் இருந்தாலும், விவாதங்களைத் தவிர்த்து, பெண்மை எவ்வாறெல்லாம் உருவகப் படுத்தப்பட்டி ருக்கிறதென்பதையே இங்கு பார்க்கலாம்.

வாக் ஒலிக்குரிய தேவதை – வானையும் மண்ணையும் கடந்த பிரபஞ்சம் முழுவதையும் தன் ஆக்ஞையினால் ஒன்றுபடுத்தும் தெய்வம். தத்துவத்துக்கு இவளே மூல தேவதையாம். சத்தியின் மூலாதாரமான கூட்டுறவின்றி, கடவுளின் எந்தப் படைப்பும் பூரணமாக நிறைவேறுவதற்கில்லையாம். பிந்தைய சக்தி வழிபாட்டு நெறிக்கு ஆதாரமான தேவதை இவளேயாம்.

இலா, சரஸ்வதி, பாரதி என்ற மூன்று தெய்வங்களும், மேலான ஞான இன்பத்தையும் நலன்களையும் பயக்கும் தெய்வங்களாகக் குறிப்பிடப்படுகின்றனர். **இலா**, வேள்வி செய்யும் முறையை முதன் முதலாக மாந்தருக்குப் போதிக்கும் ஆசான் என்று போற்றப்படுகிறாள். வெண்ணெயிட்டு அக்கினி வளர்க்கும் இவள், அக்கினி தேவனின் அன்னை என்று புகழப்படுகிறாள்.

சரஸ்வதி அறிவு, விவேகம், சாதுரியம், கற்பனை வளம், படைப்புத் திறன், புதிய கண்டுபிடிப்புகள், நுண்கலைகள் ஆகிய அனைத்து மனித ஆற்றல்களையும் பாதுகாத்து நலம் பயக்கும் ஞான தேவதை. குருக்ஷேத்திரத்தில் பாயும் ஆற்றை ஸரஸ்வதி என்ற பெயரால் குறித்திருக்கின்றனர். இந்த உருவகத்தில், பாயும் ஞான வெள்ளம் என்று சரஸ்வதி சிறப்பிக்கப்படுகிறாள். ஆதிச் சமுதாயத்தினர் இந்நதிக்கரையை, தம் வேள்விகளையும் பிற வாழ்வுச் சடங்குகளையும் செய்வதற்குத் தேர்ந்தனர் என்ற குறிப்பும் புலப்படுகிறது.

பாரதி நாவன்மையின் நல் தேவதையாம் இவள். கவிதைகள் இவள் அருளாலேயே பிறக்கின்றன. எழுத்து – வரி வடிவம் தோன்றாத காலத்திலேயே ஒலிகளின் நிகரற்ற ஆற்றலைப் பாகுபடுத்தி ஆயிரமாயிரமாய் அற்புதக் கவிதைகளை

வடித்த வேத காலச் சான்றோர் இவ்வாறு ஒரு தெய்வத்தை உருவகப்படுத்தியதில் வியப்பேதும் இல்லை.

சூர்யா ரிக் வேதம் விளக்கும் மணப்பெண்ணாகத் திகழ்கிறாள். ஆதவனின் ஒளிக்கிரணமாகிய தேவதைக்கு இப்பெயரைச் சூட்டி அவளைச் சந்திரனாகிய ஸோமனுக்கு மணமுடிப்பதாகப் பாடல் வருகிறது.

அச்வினி தேவர்களாகிய இரட்டையர், மணமகனின் தோழனாகவும் அதே சமயம் சூர்யாவைத் தேரிலேற்றி மணமகன் வீட்டுக்கு ஓட்டிச் செல்லும் உரிமை பெற்றவர்களாகவும் குறிக்கப் பெறுகின்றனர். சூர்யாவை கேட்டுப் பல தேவர்கள் வருகின்றனராம். ஒருவனுக்கு ஒருத்தி என்ற விதிமுறைக்குட்பட்ட திருமண நெறியை இங்கே காண முடியவில்லை. ஏனெனில், மற்றவருடன் தேரோட்டும் போட்டியில் வென்ற அஸ்வினி தேவர்கள், சூர்யாவின் அருகாமையைப் பெற்றிருக்கிறார்களாம். சூரியனின் ஒளியைச் சந்திரனும், அந்தி சந்தி நேரங்களும் பெறுவதாகிய இயற்கையின் எழிலார்ந்த கோலங்களே இந்தக் கூட்டுப் பாடல் தொகுப்பில் உருவகங்களாகி இருப்பதாகக் கொள்ளலாம். சிரத்தா (சிரத்தை), அநுமதி (தெய்வ அருள்), அரமதி (உலகியல் ஞானமாகிய விவேகம்), தம்பதி (ஆணும் பெண்ணும் இசைந்த கூட்டான ஆளுமை ஆற்றல்), ப்ரஷ்னி (புயல் – மேகம்), அரண்யானி (கனிகளும் வளங்களும் புரக்கும் வன தேவதை) என்று வேதம் விளக்கும் தேவதைகளின் வரிசை நீண்டு செல்கிறது.

அப்சரஸ் என்ற வர்க்கத்தினரைப் புகழும் பாடல்கள் குறிப்பிடத் தகுந்தவை. அப்சரஸ் என்றாலே நீர் மீது உலாவித் திரிபவர் என்று பொருள்படுகிறது. இந்த எழில்மிகு நங்கையரை, உழைப்பும் மூப்பும் துன்பமும் சாக்காடும் உடைய மண்ணுலக மானுடருடன் தொடர்பு படுத்தாமல், கந்தருவர் என்ற ஓர் இனத்தாருடன் தொடர்புபடுத்தியிருப்பது (அமரர் என்பது கற்பனை என்று தோன்றினாலும்) குறிப்பிடத்தக்கது.

ஆணும் பெண்ணும் சாவு, மூப்பு, வறுமை என்ற துன்ப நிழல்படாத நிலையில், எந்த விதிக்கும் கட்டுப்பட வேண்டிய கட்டாயம் இல்லாமல் வாழ்வில் இன்பம் துய்ப்பதை ஓர் இலட்சியக் கனவாக்கி, கந்தர்வர், அப்சரஸுகள் என்று கற்பிக்கப்பட்ட வடிவங்கள் என்று கொள்ளும்படி இவர்களுடைய சித்திரங்கள் அமைந்திருக்கின்றன. ஆடல் பாடல் கலைகளிலும், களியாட்டங்களிலும் வல்லவரான

அப்ஸர நங்கையருக்குப் புதல்வர்களைப் பெறும் உரிமைகள் இருக்கின்றன. வஸிஷ்ட மாமுனி, ஊர்வசி என்ற அப்சரஸின் மைந்தராக விவரிக்கப்படுகிறார். ஊர்வசிக்கும், மண்ணுலக மன்னன் புரூரவனுக்குமிடையே உள்ள காதலை அழகிய பாடல்கள் சித்திரிக்கின்றன. உரையாடல்களுடன் நாடக பாணியில் அமைந்த இப் பாடல்களே, பிற்காலத்தில் காளிதாசன் தன் புகழ் பெற்ற 'விக்ரம ஊர்வசியம்' நாடகத்தைப் புனைந்தளிக்க உந்துதலாக இருந்திருக்கலாம்.

தந்தையாண் சமுதாயமாக ஆண் தெய்வங்களையே மிகைப் படுத்தியிருந்தாலும், பெண்மையாண் இயல்பை அடிமைப்படுத்தும் நெறிகள் ரிக் வேத காலத்தில் ஆழ்ந்து வேர் விடவில்லை. படிப்படியாகத்தான் அவளுடைய சிறகுகள் பிணிக்கப் பெற்றன. அறிவுக்கண் மூடப்பட்டது.

ஒரு வகையில், ரிக் வேதம், மானுட சமுதாய வரலாற்றை எடுத்துரைக்கும் பல சான்றுகளைக் கொண்டிருக்கிறது எனலாம். ஆனால் அவற்றுக்கு விளக்கங்கள் கொடுப்பதாகப் பிற்காலத்தில் தோன்றிய பல நூல்கள் பெண்ணைக் கருத்தியல் சார்ந்து ஒடுக்கி வந்திருப்பதைக் கூர்ந்து ஆராய்ந்தால் நன்கு விளங்கும்.

5

கண்ணனின் தோழமை?

சமுதாயத்தின் உற்பத்திக்குக் காரணமான 'தாய்மை' வடிவாகவே பெண் போற்றப்பட்டாள் என்று கண்டோம்.

மனிதர் இயற்கையின் மடியில் விஞ்ஞான அறிவு ஒளி துலங்கப் பெறாமல் இருந்த நிலையில், ஒரு பெண்ணின் இனப் பெருக்க ஆற்றல் அற்புதமாகவே கருதப்பட்டது. இன்றும் பல ஆதிவாசி ஓவியங்களில் பெண்ணின் இரு மார்பகப் பகுதிகளும், இடுப்புப் பகுதியும் மட்டுமே மங்கலச் சின்னங்களாக விளங்கு கின்றன. ஏன்? அன்றிலிருந்து இன்று வரை நாம் ஏன், எதற்கு என்று தெரிந்து கொள்ளாமலேயே பல மரபுகளைப் பின்பற்றி ஒழுகுகிறோம். அதில் குறிப்பிடத்தக்கது, பூரண கும்பச் சின்னமாகும். நிறை நாழி, நிறை குடம் ஆகியவை வளமைக்கு அறிகுறியாக விளங்குபவை. பூரண கும்பம், இனப் பெருக்க வளமைச் சின்னமாகிய பெண்ணின் கருப்பையைக் குறிக்கிறது.

இன்றும் வேண்டாம் வேண்டாம் என்று மக்கள் கதறும் நாட்களிலும், பூரண கும்பச் சின்னம் மங்கலமாகக் கருதப்படுகிறது. வளமைக்கு அறிகுறி, பெண்ணின் கருப்பை; பூரணமாக வளர்ச்சி பெற்ற அவள் உடல்; இடுப்பில் குடம் சுமந்து அவள் எதிரே வந்தால் மங்கலம், நல்ல சகுனம், நீர் வண்மை.

இனப் பெருக்கத்துக்கான சாதனையை ஏற்று நிறைவேற்று பவள் பெண்.

இவ்வாறு 'தாய்' என்ற நிலைபாட்டில் முதன்மை பெற்றவளாகப் பெண் திகழ்ந்தபோது, அந்தத் தாய்மையை அளிப்பவன் இரண்டாம் பட்சமாகவே கருதப்பட்டான். அவன் புற உலகுக்கு அறியப்படாதவனாகவே இருந்தான்.

அதிதியின் மைந்தர்கள் ஆதித்யர்கள்,
திதியின் மைந்தர்கள் தைத்யர்கள்,
கிருத்திகையின் மைந்தன் கார்த்திகேயன்,

கண்ணனின் தோழமை?

தனுவின் மைந்தர்கள் தானவர்கள், என்றே அழைக்கப்பட்டனர்.

எல்லா உயிர்களிடத்தும் தாய் வடிவில் திகழும் தேவியே, உன்னை வணங்குகிறேன் என்ற பிரார்த்தனை தாயின் இந்தச் சிறப்பையே உணர்த்துகிறது. இந்தக் கடவுள் தத்துவத்தில் எல்லா உயிர்களுக்கும் அருள் பாலிக்கும் தாயின் முழுமுதல் தன்மையே நிலை பெறுகிறது. இங்கே எல்லாப் பெண்களையும் தாயாக்கும் நாயகன் என்ற 'புருஷ' தத்துவத்துக்கு இடமேயில்லை. ஆனால், தாய்த்தன்மையின் வீழ்ச்சி, ஒரே நாயகன் புருஷோத்தமன், அனைத்து உயிர்களும் அவனை விழையும் பெண்கள் என்ற தத்துவத்தை ஏற்றி வைத்தது.

உயிர்களைப் பாலிக்கும் கருத்துக்குப் பதிலாக, அனைத்துப் பெண்களும் கூடல் இன்பத்துக்கு அந்தப் புருஷோத்தமனான நாயகனை அடைய இச்சை கொள்வதான, நாயக-நாயகி தத்துவம் மேன்மைப் படுத்தப்பட்டது.

இந்தப் புதிய தத்துவம் தாய்த்தன்மையைக் கொச்சைப் படுத்திக்கொண்டு, ஆண் - பெண் விழைவுக்குப் பல பரி மாணங்களை இசைத்தது. இதை ஒட்டிக் கற்பனைகளும் இலக்கிய இலக்கணங்களும் தோன்றின.

மகாபாரத இதிகாசம் இந்தச் சரிவை நன்றாக விளக்குகிறது; சத்யவதியின் தாய்மை கௌரவிக்கப்படுகிறது. பிந்தைய தலை முறைகளின் நாயகியான திரௌபதை பெண்டாக, அடிமைப் பொருளாகக் கொச்சைப்படுத்தப்படுகிறாள்; அவமானங்களுக்கு ஆளாகிறாள்.

திருவள்ளுவர், நட்புக்கு இலக்கணம் கூறுகையில், உடுக்கை இழந்தவன் கையை உவமையாகக் காட்டுகிறார்.

உடுதுணி அவிழ்வது போன்ற உணர்வு மூளைக்கு எட்டும் முன் கை மானம் காக்க விரைகிறதன்றோ?

ஆசாரிய வினோபா பாவே, கண்ணனை அனைத்துக் கேளிக்கைகளுக்கும் ஒரு தோழன், ஆபத்தில் காக்கும் நண்பன் என்று கருத்துரைக்கிறார். தன் ஐந்து கணவர்களும் செயலிழந்தவர்களாகப் பார்த்து இருக்கையில், திரௌபதை தன் மானம் காக்க கேளிக்கைகளின் தோழனான கண்ணனையே அழைத்தாள் என்று அவர் குறிப்பிடுகிறார்.

இது ஓர் உன்னத இலட்சியமாக இருக்கலாம். ஆனால், கண்ணனின் லீலைகளை விவரிக்கும் பாகவதம் சார்ந்த எல்லாக் கதைகளும் பாடல்களும் காவியங்களும் உடல்பரமில்லாத

அத்தகைய தோழமையைக் கூறவில்லை.

கோபிகைகளின் கெஞ்சலிலும் உருக்கத்திலும் உடல்பரமான போக உணர்வுகளே விஞ்சியிருப்பதைக் காண்கிறோம்.

ஒரு சாதாரண மனிதருக்கு, 'பிறன் மனை' நோக்குதல் குற்றமாகும், தண்டனைக்குரியதாகும். இந்த நீதி, கண்ணனைப் பொறுத்தமட்டில், தெய்வம் என்ற ஏற்றத்தில் விலக்காகிறது. அவனே கோபிகைகளின் கூட்டுறவை விழைந்தாலும், அது அருள்பாலிப்பு என்ற உயர்ந்த நியாயமாகிறது.

கோபிகைகள் நீராடுகையில் அவர்களுடைய ஆடைகளை அவன் ஒளித்து வைக்கிறான். தான் என்ற ஆணவம் கொன்று, அவர்கள் நாணம் விட்டு, "கண்ணா நீயே கதி!" என்று இரு கைகளையும் தூக்கிக் கதறிக் கெஞ்ச வேண்டும் என்று கண்ணன் அச்செயலைச் செய்ததாக நியாயம் கற்பிக்கப்படுகிறது.

இந்தப் புனைவில், எந்த ஒரு கோபிகையும் கண்ணன் தன்னைத் தாயாக்க வேண்டும் என்று தவமிருந்ததாகக் குறிப்பே இல்லை. ஆனால் அவனுடன் மகிழ்ந்திருந்து உடல்பரமான போகங்களை விழைவதே குறிக்கப்பட்டிருக்கிறது.

பெண்ணைத் தாய் என்று போற்றும் நிலையில் இருந்து, பூரண கும்பம் என்ற வளமைக் குறிப்பில் இருந்து, போகப்பொருள் என்ற இறக்கம் வந்துற்றது. அற்பத்தில் வாடி வண்ணம் இழக்கும் மலர் என்று குறிக்கும் அளவு பெண் இழிந்து போனாள்.

ஆணாதிக்க சமுதாயம் இத்தாழ்வுக்குப் பொறுப்பேற்க வில்லை; தானாக நிகழ்ந்த மாற்றமாகக் காட்டப்படுகிறது. தாயாக நின்றவள், தானே போகப் பொருளாக மாறி, திருமண உறவுக்கும் உட்படாத ஒரு நாயகனுக்காக விழைந்து, தாழ்ந்து போகிறாள்.

இந்த இறக்கத்துக்கு ஒரு கருவி போல், இராமாயணத்து இராமனைப் போல் உயர் வருணத்தில் பிறக்காத ஒரு நாயகன் கண்ணன் படைக்கப்படுகிறான்.

மத்தியப் பிரதேசத்து சத்தீஸ் கட் மாவட்டத்தில் வாழும் ரவுத்தாயர் என்ற பழங்குடியினர், தங்களைக் கண்ணன் வளர்ந்த ஆயர் குலத்தினராகக் கருதுகின்றனர்.

அங்கே தீபாவளிப் பண்டிகையே உழவர் திருநாளாகத் திகழ்கிறது. இலட்சுமி பூசையின்போது புதிய கதிர் கொய்து வந்து, பூசித்துக் கொண்டாடுகிறார்கள். மறுநாள், கொட்டிலில் பொங்கல் வைத்துக் கன்றுகாலிகளுக்குப் பூசை செய்யும் இவர்கள், இதேநாள் மாலையில் 'கோபர்தன்' என்ற சடங்கு வழிபாடு ஒன்றையும் செய்கிறார்கள்.

திறந்த வெளியில், சாணியால் கோட்டை சமைத்து நடுவில் 'கோபர்தன்' என்ற ஆயனின் சாணிப் பதுமையை வைக்கின்றனர். பதுமையில்லை - வெறும் சாணி உருண்டைதான். எதிரே கண்ணனின் படம் ஒன்றையும் வைக்கிறார்கள்.

சந்திராவளி என்ற கோபியின் கணவன் அந்த ஆயன். கண்ணன் இரவுகளில் தன் மனைவியைக் காண வருவதை அவன் விரும்பவில்லை. கண்ணனைக் கொல்ல அவன் மாடு களுக்கிடையில் ஒளிந்திருந்தான். ஆனால், எல்லாம் வல்ல நாயகனான கண்ணன், அவனை ஒரே அழுத்தாக அழுத்தி வென்று கோபியை அடைந்தானாம்.

கண்ணன் கோபிகையிடம் செல்வதைத் தடுக்க முயன்ற அந்தக் கணவனைச் சாணி உருண்டையாக்கி நசுக்குகிறார்கள், இந்தப் பழங்குடியினர். பிறகு கண்ணனைப் புகழ்ந்து இரவு முழுவதும் ஆடிப் பாடிக் களிக்கிறார்கள்.

இந்த ஒரு வரலாற்றில், 'கற்பு' என்ற நெறியே தூக்கி எறியப்படுகிறது. ஒருவேளை, இக்கதை எழுந்த காலகட்டத்தைய சமுதாயம் கற்புநெறி கூர்மையாக வலியுறுத்தப்பட்டிராத காலத்தைப் பிரதிபலிப்பதாகவும் கொள்ளலாம்.

இந்த நாயகக் கடவுள் சாமானிய மக்களின்பால் ஆதிக்கம் செலுத்துவதற்கு எதிர்மறையாக, அந்தச் சாமானிய மக்களிடையே தோன்றும் அந்நாயகக் கடவுளைப் படைக்க வேண்டியது சமுதாய நிர்ப்பந்தமாகவும் இருந்திருக்கலாம் அல்லவா?

எனவே, கோபிகைகளும் கண்ணனின் தோழமையும், ஒரு குறிப்பிட்ட காலத்தின் பண்பாட்டு மாற்றத்தைப் பிரதி பலிப்பதாகக் கருத இடமுண்டு.

தாய்மை என்பதும் உடல்பரமான போகம் என்பதும் உலக வாழ்வியலில் பிணைந்து விட்ட இயல்புகளாக இசைந்து விடுகின்றன.

கானக மனிதரின் வில் - அம்பு ஆயுதங்களை ஒடித்து எறிந்து விட்டுக் கலப்பையைக் கைக்கொண்டு எழும் நில உடைமைச் சமுதாய நாயகனான இராமன் முந்தைய கால சுதந்திர மகளிரின் செல்வாக்கைக் கட்டுப்படுத்தும் கற்பொழுக்கத்தை வலியுறுத்த சீதைக்குக் கடுஞ்சோதனைகள் வைக்கிறான். தந்தைசொல் பரிபாலனம், சீதையின் பொறுமை, அக்கினிப் பிரவேச நியாயம் இவை யாவும் தந்தையாதிக்கம் வலிமை பெற்றுவிட்ட காலத்தின் பிரதிபலிப்புகளேயாம்.

6

மூவைந்து பதினைந்தில்

இராவணன் மிகுந்த வலிமை படைத்தவன். சீதையை ஒரு நொடியில் அவனால் வசப்படுத்தியிருக்க முடியும். ஆனால், அவன் அவ்வாறு செய்யவில்லை. அவ்வாறு 'பலாத்காரம்' செய்தால் அவன் மண்டை வெடித்து விடும் என்ற சாபத்துக்கு அவன் உள்ளாகி இருந்ததாகக் கதையில் சொல்லப்படுகிறது.

தாயாண் சமுதாயத்தில், அவளுடைய விருப்பம் இல்லாமல் எந்த ஆண்மகனும் ஒருத்தியைத் தொடலாகாது என்ற மரியாதை இருந்தது. இராவணன் இச்சமுதாய மரபைப் பின்பற்றுவதாகக் கொள்ளலாம்.

பெண்ணைத் தாய் என்ற உன்னதத்தில் இருந்து வீழ்த்து வதற்கு முதல் ஆக்கிரமிப்பு, தாய்மை விழைவில்லாத நிலையில், பாலியல் ரீதியாக அவளைக் கட்டாயமாகப் புணர்ந்த ஆணின் செயலாகத்தான் இருந்திருக்கும். தன் இச்சையை முதன்மைப் படுத்திக் கொண்ட பரிணாமம், ஆண், பெண்ணைத் தனக்கு மக்களைப் பெற்றுக் கொடுக்கும் ஒரு கருவி என்ற நிலைக்குத் தாழ்த்தி தந்தை நாயகக் கூறுகளைச் சமுதாயத்தில் மேலும் வலிமை பெற்றதாக்கத் தலைப்பட்டது.

தொடக்க கால மனுதர்மம், ஒரு பெண் இறந்து போன கணவனின் வம்சத்தை வாடாமல் வைக்க, அவனுக்கு நீர்க்கடனாற்ற வேறு ஆணைக் கூடலாம் என்று அனுமதித்தது. ஆனால், ஓர் ஆண் எந்த நோக்குமில்லாமல் எந்தப் பெண்ணையும் கவர்ந்து வரலாம் என்ற மேலாதிக்கம் அது போன்றதல்லவே?

எனவே அன்றிலிருந்து இந்நாள் வரையிலும் ஆண் தனக்கு ஆண் வாரிசு வேண்டும் என்ற சாக்கை வைத்து எத்தனை பெண்களை வேண்டுமானாலும் மணந்து கொள்ள 'தருமம்' இடம் கொடுக்கிறது. முதல் மனைவி விட்டுச் சென்ற குழந்தைக்குத் தாயாக இருக்க வேண்டும் என்ற போர்வைக்குள் தன் மிருக

இச்சையைத் தீர்த்துக் கொள்கிறான். இரண்டாவது மனைவிக்கு ஒரு குழந்தை இருக்கக் கூடாது என்ற நிபந்தனையையும் அவள் ஏற்றுக் கொள்ளச் செய்கிறான்.

எனவே, பெண்ணின் பரிணாம வீழ்ச்சி, ஆணின் போகத்துக்கும் வாரிசு பெறுவதற்கும் இன்றியமையாத கருவி என்ற நிலையில் இழிந்து போயிற்று. தாய்ப் பாரம்பரியத்தில் அவனுக்கு இருந்த அனுகூலத்தின் கூறும், ஒரு பக்க நியாயம் என்ற பார்வைக்குத் தட்டுப்படாமல் நடப்பியலாயிற்று.

நீ தாய்... தாயல்லவோ, இந்திய மரபு! என்ற போர்வைக்குள், பூவாரத்துக்குள், தான் தாயாக வேண்டுமா வேண்டாமா என்று தீர்மானிக்கும் உரிமைகளையும் பறி கொடுத்தது தெரியாமல் பெண் அழுந்திக் கிடக்கிறாள்.

தாய்மைப் பண்பு, இன்று ஆணாதிக்கத்துக்கு உட்பட்டுத் தான் செயல்பட வேண்டி இருக்கிறது.

தாயாண்மைச் சமுதாயத்தில், தாய்ப்பண்பு, சமுதாயக் கடமைகள், உரிமைகள் என்ற நோக்கில் போற்றப்பட்டது. தாய்மைப் பண்பு, மகவுக்காக உதிரத்தையும் சுயநல உணர்வுகளையும் தியாகம் செய்யும் மாண்புடைத்ததாகும். எந்த நிலையில் ஒரு பெண் இசைந்து கருவுற்றாலும், அவள் சமுதாய அச்சம் என்ற கொடுமைக்குத் தன் மென்மையான உணர்வுகளைப் பறி கொடுக்க வேண்டியதில்லை. வாழ்நாள் முழுவதும் மகவைத் துறந்த குற்ற உணர்வுடன் மாய வேண்டிய அவசியமில்லை.

தாய்மை, சமுதாயப்பூர்வமாக ஒப்புக் கொள்ளக்கூடிய உயிரியல் சார்ந்த இயல்பாகும். இதனாலேயே பெண் தன் பிறப்பின் மேன்மையால் நேரடியாகச் சமுதாயத்துடன் தொடர்பு கொண்டவளாகிறாள். அவள் தான் ஏற்கும் கருவுக்கு முழுப் பொறுப்பேற்று, தனது அனைத்துச் சாரங்களையும் அதற்கு ஊட்டி, உலகில் அவ்வுயிர் கண் விழிக்கச் செய்கிறாள். இந்தப் பேறு அவள் உடலியலை மட்டும் சார்ந்ததாக இல்லை. உளம் சார்ந்து எய்தும் வளர்ச்சியும் மலர்ச்சியுமே தாய்மைப் பண்பாகக் கணிக்கின்றன.

மூவைந்து பதினைந்தானால் மூளியும் பெண்ணாவாள் என்ற வாசகம் உணர்த்தும் பொருள் இந்த முழுமையான மலர்ச்சியே.

இந்த வளர்ச்சியை, நான்கு தேவர்கள் அவளைச் சார்ந்து அளிப்பதாக ரிக் வேதப் பாடல்கள் உணர்த்துகின்றன.

மணமகன் மணமகளை அணுகும் முன் அவள் உடலுக்கு அதுகாறும் பொறுப்பு ஏற்றிருந்தவர்களாக நான்கு தேவர்கள்

குறிப்பிடப்படுகின்றனர். சிறுமியாகப் பேதைப் பருவத்தில் இருக்கும்போது 'வருணன்' அவளுக்குப் பொறுப்பேற்கிறான். 'ஸோமன்' என்ற தேவனின் பொறுப்பில் அவள் பூப்பெய்தும் நலன் ஏற்படுகிறது. 'அக்னி' அவளுக்கு மலர்ச்சியும் தெளிவும், சக்தியும் நல்குகிறான். 'விசுவாவசு' என்ற தேவன் அவளை இறுதியாக உரியவளாக்கிக் கொண்டு, மன்மதக் கலையின் இயல்புகளை உணர்த்துகிறானாம்.

எனவே மணமகன், மணமகளை அணுகும் முன் இந்த விசுவாவசு தேவனைத் தொழுது, "இந்தக் கன்னியை மணம் புரிந்த நாயகன் வந்து விட்டான். எனவே இவளை அவனுக்கு அளித்து விட்டு, தந்தையீர் இல்லத்தில் உள்ள வேறு ஒரு கன்னிகையை நீ அணுகுவாயாக!" என்று பொருள்படும் மந்திர வாசகம் சொல்லப்பட்டது. பெண்ணின் அருகில் விசுவாவசு தேவனைக் குறிக்கும் ஒரு தடி - (உலக்கை) போடப்பட்டிருக்கும். அடையாளமான அச்சின்னத்தை இம்மந்திரத்துடன் மணமகன் விலக்குவான்.

இச்சடங்கும் தந்தையாண் சமுதாயமானாலும், கற்பொழுக்கம் என்ற பெயரில் பெண் ஒதுக்கப்பட்டிருக்கவில்லை என்பதை மெய்ப்பிக்கிறது. அத்துடன் ஒரு பெண்ணைத் தாயாகக் கருவுறச் செய்யும் உடல்பரமான முக்கிய நிகழ்ச்சிக்கு, முதிர்ச்சியையும், தகுதியையும் நல்குபவர்கள், ஆண் தேவர்களாக உருவகப் படுத்தப்பட்டிருப்பது குறிப்பிடத்தக்கதாகும். இதுவும் 'புருஷ்' ஆதிக்கத்தின் துவக்க கால அடையாளங்களே.

எனவே, கனிவு, இரக்கம், மென்மை ஆகிய தன்மைகள் தாய்மை இயல்புடைய பெண்ணிடமே மிகுதியாக இசைந் திருக்கின்றன. அவள் அறிவிலியாக இருந்தாலும், முரட்டுத் தன்மை உடையவளாக இருந்தாலும், தாய் என்ற படியில் வந்ததும், அவளுடைய அனைத்து இயல்புகளுமே மகவைப் பேணும் ஓர் அழகில் ஒன்றிப் போகின்றன.

ஆனால், ஆணின் பொறுப்பு, இந்த உருவாக்கத்தில், இலட்சத்தில் ஒரு பங்கு கூட இல்லை. ஒரு நல்ல மகவைப் பெற வேண்டும் என்பதற்காக உடல் சார்ந்து எந்தத் துன்பமும் அவன் அனுபவிப்பதில்லை. விருப்பு வெறுப்புகளை ஒடுக்க வேண்டிய கட்டாயமில்லை. அவனுடைய நோக்கம், பெண்ணைக் கருவியாக்கிக் கொண்டு இன்பம் அனுபவிப்பதுடன் முடிந்தே போகலாம்.

பெண்ணின் இந்த இயல்புகள் துலங்குமாறு அவனது நல்லுணர்வுகள் பேணப்படுவதற்குரிய சமுதாயச் சூழல் இல்லாதபோது, அவள் தனக்கே அன்னியப்பட்டுப் போகிறாள். இந்த உச்சக்கட்ட முரண்பாட்டு நிலையை, இன்றைய இருபதாம் நூற்றாண்டின் இறுதிக் காலத்துச் சமுதாயச் சூழல் பிரதிபலிக்கிறது என்றால் தவறில்லை.

7

இறைவனின் கால் தூக்கும் தத்துவம்

ஆதிப் பழங்குடி வழிபாட்டுத் தெய்வங்களான கொற்றவை, பகவதி, மாரி, வீரி, மகாமாயி, சீதளா தேவி, காளி என்று துலங்கும் வடிவங்களுக்கு ஆண் துணை கிடையாது. ஆனால் உக்கிர வடிவங்களாகத் திகழும் இத்தெய்வங்களில் தாயாண்மைச் சமுதாயத்தின் எச்ச சொச்சங்களை, தாய்த் தலைமைகளைத் தந்தையாண் குடிமரபினர் வீழ்த்திய வரலாறுகள் பொதிந்திருக் கின்றன. சிவனைக் கீழே தள்ளித் துவைத்துக் கொண்டு உக்கிரமாகக் காட்சி தரும் காளி வடிவங்களை வங்கத்தில் மிகுதியும் காணலாம். இந்தப் பிம்பத்தை, அறிவியல் சார்ந்து, ஜடம் – சக்தி, ஜடத்தில் சுழலும் சக்தி – ஓர் அணுவிலும் துலங்கும் இரு வேறு கூறுகளை உணர்த்தும் தெய்வீக வடிவம் என்று பொருள் கொள்ளலாம். என்றாலும் எப்போதும் சலித்துக் கொண்டிருக்கும் சக்தி, பெண்மையின் உக்கிர வடிவமான தாய்க்கோலம் கொள்ளும்போது, வழிபாட்டுக்குரியதாக விளங்குகிறது. இது ஆக்கிரமிப்பை வெற்றி கொண்ட வீரத்தாயின் வடிவமே.

சக்தி வடிவமான அவள் (போகத்துக்காக) கொச்சைப் படுத்தப்படும்போது ஆங்காரியாக வடிவெடுக்கிறாள்.

நல் விளைச்சலுக்கும், வண்மைக்கும் அறிகுறியான, ஆண் – பெண் கூடல் என்ற முக்கிய நிகழ்ச்சி, ஆதிக்குடிகளால் பெரிதும் போற்றப்பட்டது. விளை நிலங்களில் தம்பதிகள் இராத் தங்கும் சடங்கும் விளைச்சலை மேன்மைப்படுத்தும் என்று நம்பினர். இந்த நிகழ்வு, பெண்ணின் சம்மதமில்லாமல் ஆண் நெருங்கும் கட்டாயத்தின் விளைவு அல்ல.

ஆனால் இச்செயல், பெண் உக்கிர வடிவில் கோலம் காட்டும் தெய்வமாகத் திகழும்போது, 'அபசாரம்' என்றே கருதப் படுகிறது. அம்மை போன்ற கொடிய நோய்களை இந்த ஆங்காரத் தெய்வத்தின் அருளால் வெல்ல முடியும் என்று மக்கள் நம்பினர்.

இந்நோயினால் பாதிக்கப்பட்டிருக்கும் வீட்டில் உடற் கவர்ச்சி, வாசனை ஆடம்பரப் பொருட்கள் போன்றவை விலக்கப் படுவதோடு மட்டுமின்றி, உடலுறவு கொள்ளும் வயதில் ஆடவரும் பெண்டிரும் நோயாளியின் அருகிலேயே வரக் கூடாது, வந்தால் அம்மன் கோபம் கொள்வாள் என்ற கருத்தே இன்னமும் நிலவுகிறது.

அறிவு சார்ந்த காரணங்கள் இவ்விதிகளுக்குப் பொருந்தும் என்றாலும், இந்தத் தாய்த் தெய்வங்கள், பொங்கு எழுச்சியுள்ள சக்தித் தெய்வங்களாக மக்களுக்கு ஒருவித பயபக்தியை மனதில் ஏற்படுத்தி வந்திருக்கின்றனர்.

உடல்பரமாக இல்லாததொரு தாய்மைப் பண்பே பெண்ணின் உன்னத பிம்பமாகக் கருதப்பட்ட உயர்மரபு, மனித குலத்துக்குத் தாய்ச் சமுதாயக் காலத்துத் தாய்மையிலிருந்துதான் உதித்திருக்க முடியும்.

அக்கால உணர்வுகளில், கலை வெளிப்பாடுகளில், மொழி வளர்ச்சிகளில் மேம்பாடும் மென்மையும் இருந்திருக்கவில்லை என்பது உண்மையே. ஆனால் தாய்ச் சமுதாயத்தில், தாயர் அனுபவித்த சுதந்திரத்தில், சமுதாயப் பொறுப்பும் தியாக மனப்பான்மையும் இசைந்திருந்ததென்பதை மறுக்க முடியாது.

காந்தியடிகள் இந்தத் தாய்மைப் பண்பைப் பல்வேறு சந்தர்ப்பங்களில் அறிவுறுத்தி இருக்கிறார். தன் வயிற்றிலிருக்கும் சிசுவுக்குத் தீங்கு வரலாகாது என்பதற்காக மயக்க மருந்தையும் மறுத்து, நோவு பொறுக்க உடன்படும் கிராமத்துத் தாயரின் இயல்பை எண்ணி அவர் வியந்து உருகுகிறார். அன்பு, அஹிம்சை ஆகிய தத்துவங்களின் நேர் வடிவல்லவோ இந்தப் பெண்கள்! பெண்ணே, உன்னிடம் உள்ள இந்த உன்னதமான பண்புகளைக் கொண்டு உலகையே வசப்படுத்தும் ஆற்றல் உள்ளவளாக நீ இருக்கிறாய். உனது உள்ளத்தில் இருந்து வெளிப்படக்கூடிய இந்த மேலான வாசனைகளை விடுத்து, நீ ஓர் ஆடவனின் போக விருப்பத்துக்காக எதற்காக மேனிகளில் வாசனைகளைப் பூசிக் கொள்ள வேண்டும்! உன் அன்பும் மேலாம் பண்புகளும் உலகையே உன் வசப்படுத்துமே! என்று அவர் மொழிந்தார்.

இராமகிருஷ்ண பரமஹம்ஸர் தம் மனைவி சாரதாமணியை அன்னை வடிவமாகவே வழிபட்டார் எனலாம். அவர்களது இல்லற வாழ்வு உடல் சாராத ஆன்மீக வாழ்வாக இருந்தது.

ஆனால், சாரதாமணியின் அன்னையோ, 'இப்படி ஒரு

பித்தனுக்கு என் மகளைக் கொடுத்து அவள் வாழ்வைப் பலனில்லாமல் செய்து விட்டேனே! எனக்கு ஒரு பேரக்குழந்தைக்கு வழியில்லையே! என் மகளை 'அம்மா' என்றழைக்க ஒரு குழந்தை இல்லையே!' எனப் புலம்பினார். இராமகிருஷ்ணரோ, 'அம்மையே, உம் மகளை 'அம்மா' என்று ஆயிரமாயிரம் பேர் அழைப்பார்கள். அவள் பெருஞ்சமுதாயத்துக்கே தாயாகத் திகழ்வாள்' என்றார்.

ஆயிரமாயிரம் சீடர்களின் ஞானத் தாயாக அரவணைத்துப் பேணி நலம் செய்யும் அன்புத் தாயாக ராமகிருஷ்ணரின் தபோவனத்தில் ஒளியாகத் திகழந்தார் அன்னை சாரதாமணி.

போகம் இல்லாத புனிதத் தாய்மையை, கிறித்துவம் கன்னி மரியின் வடிவில், ஏசுவைப் பெற்ற அன்னையாகப் போற்றுகிறது. இத்தகைய தாய்ப்பண்பு போகக் கருவியாக மட்டுமே உணர்த்தப்பட, ஆண் நாயகக் கூறுகள் சமுதாயத்தில் பல நெறிகள் – மாற்றங்களைக் கொண்டு வந்தன. மக்கள் தெய்வமாகப் போற்றிய அன்னை – காளி சக்தி என்ற வடிவுக்கு ஒரு நாயகன் உருவானான். அணுவிலும் அண்டத்திலும் சுழன்றாடும் சக்தி வடிவை இந்த நாயகக் கடவுளுடன் போட்டி நடனம் ஆட வைக்கும் கதைகள் தோன்றின. ஆணுடன் போட்டி நடனம் ஆட வந்தபோது இறைவி தோற்றுப் போனதாகக் கற்பிக்கப்பட்டது. பெண்ணின் 'தாய்மை' என்ற அளப்பரிய ஆற்றலை வீழ்த்தும் கபட சூத்திரம் எது தெரியுமா?

இறைவன் நடனம் ஆடும்போது, இடக்காலை ஆகாசத்தை நோக்கி உயரத் தூக்கினார். இறைவி பெண்ணாக இருந்த காரணத்தினால், அவ்வாறு உயரத் தூக்க இயலவில்லை. அவள் அவ்வாறு செய்ய இயலாமல் நாணம் தடுத்தது. எனவே, இறைவி தலை குனிந்து, தான் ஆட்டத்தில் தோற்றதாக ஒப்புக்கொண்டு, ஊரை விட்டே பெயர்ந்தாளாம். நடராசர் கோயில் கொண்டிருக்கும் தில்லை மகாத்மியம் செப்பும் கதை இது.

ஆண், ஆண்தான். அவன் நாணம் பாலிக்க வேண்டிய அவசியமில்லை. ஆனால், பெண்ணுக்கு எந்த நிலையிலும் நாணம் இன்றியமையாதது என்ற அந்த மானக் கோட்பாட்டை விளக்கவில்லையா இந்தக் கதை?

இந்த நடனத்துக்கு, ஊர்த்துவத் தாண்டவம், அருள் தாண்டவம் என்றெல்லாம் பல சித்தாந்த விளக்கங்கள் கூறப்படுகின்றன. ஆணவம், கன்மம் எல்லாம் தொலைந்து நித்தியமான ஆனந்தத்தை அடையும் அருளல் தாண்டவம் என்றும், இறைவன் இறைவிக்கும் மேலானவன் என்றும்,

சீவர்களுக்கு அவனால் மட்டுமே உய்வு கொடுக்க முடியும் என்றும் தீர்க்கப்படுகிறது. சைவ சித்தாந்தம் புருஷச் சிவனை ஏற்றி வைக்க இப்படி அன்னை வடிவைக் கொச்சைப்படுத்தியிருக்கிறது.

கடவுள் வழிபாடுகளும், அதைச் சார்ந்த வரலாறுகளும் அச்சமுதாய மக்களின் வாழ்வை, வாழ்வியல் கூறுகளைப் பிரதிபலிப்பவையே. மக்கள் தொடர்பு சாதனங்கள் இல்லாத காலத்தில் இத்தகைய புனைவுகளும் வரலாற்றுக் கதைகளும், பாடல்களுமே மக்கள் மனதில் ஒரு கருத்தைப் பதிக்கும் செல்வாக்கைப் பெற்றன என்றால் மிகையில்லை.

8
புருஷ சூக்தம்

'அரசினர் பெண்கள் உயர்நிலைப்பள்ளி' என்று முகப்பைத் தாங்கிய வாயிலுள் பஞ்சையான ஒரு உழைப்பாளித் தாய், தன் பன்னிரண்டு வயது மகளைக் கூட்டிக்கொண்டு நுழைகிறாள். நுழைவுக்கான தேர்வு முடிந்து பணம் செலுத்தி பெயர் பதிவு செய்து கொள்ள வேண்டும்.

நீண்ட மேசையைச் சுற்றிப் பள்ளித் தலைமை ஆசிரியையும் பள்ளி ஆதரவாளர் என்ற குழுவினரும் அரசுத் தொடர்புடையோரும் அமர்ந்திருக்கின்றனர்.

"ஏம்மா, பள்ளிக்கூடத்தில் பெண்ணைச் சேர்க்க அப்பாவைக் கூட்டிக்கிட்டு வரணும்ன்னு சொன்னேனில்ல! அப்பாரு இருக்காரில்ல? போய்க் கூட்டிட்டு வா! அவரு கையெழுத்துப் போடாட்டியும் கைநாட்டு வைப்பாரில்லே?"

தலைமை ஆசிரியைக்கு எரிச்சல்.

தாய் பதிலேதும் கூறாமல் விழிக்கிறாள்.

"அப்பாரு உயிருடன்தான் இருக்கிறாரு." பொட்டக் கயிதைக்கு இன்னாடி படிப்பு? நாலு காசி சம்பாதிச்சிட்டு வரத் தொரத்தி விடு! என்று திருவாய் மலர்ந்தருளும் வர்க்கத்தினர். ஏனெனில், மகள் சம்பாத்தியம் இப்போது தந்தைக்கும், பின்னர் வருங்காலக் கணவனுக்கும், சாராயத்துக்குத் தட்டில்லாமல் கை கொடுக்கும் என்று எண்ணும் 'குடித்தலைவர்' அவர்.

"அவருக்கு வரச் சவுரியப்படாதுங்க!" என்று அந்த உழைப்பாளித் தாய், 'பதி'யை விட்டுக் கொடுக்காத பத்தினியாய் மென்று விழுங்குகிறாள்.

"சவுரியப்படாதுன்னா, எப்புடி? அப்பாரு வந்து கைநாட்டுப் போட்டுத்தான் பள்ளிக்கூடத்தில் சேர்க்கணும்!" என்று 'விதி'யை எடுத்துரைக்கிறாள் தலைமை ஆசிரியை.

பெண் சமத்துவம், பெண் கல்வி, பெண் எழுச்சி,

பெண்ணுரிமை என்றெல்லாம் சொற்கள் முழங்கப் பெறும் இந்த இருபதாம் நூற்றாண்டின் இறுதி ஆண்டுகளில் ஒரு பெண் குழந்தையைப் பள்ளியில் சேர்த்துவிட தகப்பனே முன்னுரிமை பெற்றவன் என்ற விதி திருத்தி அமைக்கப்பட்டிருக்கவில்லை என்பது வியப்பும் வேதனையும் தரும் உண்மை. (இந்த நூல் எழுதப்பட்ட பிறகு இத்தகைய விதிகள் திருத்தப்பட்டிருக்கலாமோ?)

தொன்மையான ரிக் வேத காலத்தில், 'உபநயனம்' என்ற கல்வி பெறும் உரிமைச் சடங்கு, ஆண், பெண், ஊமை, செவிடு, நோயுற்றவர், வனங்களில் வசித்த வேடர், பழங்குடி மக்கள் ஆகிய அனைவருக்கும் இருந்ததாகத் தெரிகிறது. எழுத்து வடிவம் பெற்றிராத வேதமொழி, ஒலி வடிவங்களாக, சமுதாய நலம் கருதிச் செய்யப் பெறும் வேள்விகளுக்கு உயிர் நல்கின. எனவே, இந்த வேத ஒலிகளைத் தம் மூலாதாரங்களிலிருந்து எழும் சொல் வடிவில் பாக்களாய்த் தொகுத்து வெளியிடவும், நினைவாற்றலுடன் அந்த ஒழுங்கைக் காலம் காலமாகச் சுமந்து பாதுகாக்கவும் ஒரு சாரார் பழகி, அதற்கே ஒதுக்கப்பட்டனர் என்று முன்பே கண்டோம். இவர்கள் மக்கட் குலத்துக்கு மேலாம் பணியைச் செய்ததால் முதல் வருணத்தினர் ஆனார்கள் (பிராமணர்). இந்த வருணத்தாருக்கு உணவு, மற்றும் உயிர் வாழத் தேவையான பொருளுக்காக உடலுழைக்கும் பொறுப்பு கட்டாயமாக்கப்படவில்லை. அடுத்த இரண்டாம் வருணத்தவர், (க்ஷத்திரியர்) தோள்வலியும் வாள்வலியும் கொண்டு, பகைவரிடம் இருந்தும் கொடிய விலங்குகளிடமிருந்தும், தம்மையும் சமுதாயத்தையும் பாதுகாக்கும் பொறுப்பை ஏற்றனர். மண்ணில் தானியம் விளைவித்தும், விலங்குகளைப் பராமரித்தும் உணவைச் சேமித்துச் சமுதாயத்துக்கு அளித்த பிரிவினரும் (வைசியர்) முதல் பிரிவினருக்குத் தானமாகப் பொருள் வழங்கி, அவர்களைப் பாதுகாக்கும் உரிமை பெற்றிருந்தனர். ஆதி காலத்தில், இந்த வருண பேதங்கள் ஆழ்ந்து மூன்றாகக் கூடப் பிரிந்திருக்கவில்லை. பிராமணர், க்ஷத்திரியர் என்ற இரு பிரிவுகள், இரண்டு பிரதானமான 'தொழில்' பிரிவுகளை ஒட்டியதாகவே இருந்தன. உணவு, திருமணக் கலப்பு போன்ற வாழ்முறையில் எந்தப் பிரிவும் இல்லாதவராகவே இருந்தனர்.

தானம் அளிப்பதும், பிராமணர் சமுதாய நலன் கருதிச் செய்யப்படும் வேள்வியின் பொருட்டாகத்தான் ஏற்பட்டது. முதல் வருணத்தவர், பொருள் சேமிக்கும் தன்னலம் உடையவ

ராக, போகங்களைத் துய்ப்பவராக இருக்கலாகாது. இந்த வர்க்கம் சமுதாயத்துக்கு உரியது. கல்விக் கண்ணைத் திறந்து வைப்பதான உபநயனத்தை அனைத்து மக்களுக்கும் செய்து வைக்கும் 'ஆசான்' ஆகத் திகழ வேண்டிய கடமையும் உரிமையும் பிராமண வர்க்கத்தினருக்கு இருந்தன.

ரிக் வேதத்தின் இறுதியிலும் அதர்வண வேதத்திலும் காணப்படும் 'ஸம்வனை சூக்தம்' பகுதியில் வரும் பாடல்கள், சமத்துவ நெறியையும் வாழ்வையும் அற்புதமாக எடுத்துரைக்கின்றன. "ஒரு சக்கரத்தின் ஆரக்கால்களைப் போல் ஒரே மையத்தில் இணைபவர்களாக எத்தொழில் செய்தாலும் ஒரே நோக்கில் ஒரே சிந்தையில் குவிந்து சமமாக வாழ்வீர்" என்று உரைக்கின்றன இப்பாடல்கள்.

எனவே, பெண்களும், ஊழியம் செய்யும் கடை வர்க்கத்தினரும் கல்வி பெறும் சம உரிமை இல்லாதவர்கள் என்ற பாகுபாடு முதலில் இருந்திருக்கவில்லை என்பது தெளிவு.

அது எப்படித் தோன்றியது, பெண் எவ்வாறு கீழ்முகமாகச் சமுதாயத்திலும் குடும்பத்திலும் இழிந்து போனாள் என்று சமுதாய ஆய்வாளர்கள் குறிப்பாக ஆய்வு செய்திருக்கவில்லை என்றே சொல்லலாம். சமுதாய நெறிகள், ஆய்வுகள் எல்லாமே 'ஆண்' சார்பில்தான் இதுகாறும் மேற்கொள்ளப்பட்டிருக்கின்றன. இலக்கியம், புராணம் போன்ற சாதனங்களும், ஆண் மேலாண் மையை நியாயப்படுத்தும் பிரதிபலிப்பாகவே விளங்குகின்றன. ஆய்வுகளும் பெண் என்ற நோக்கில் செய்யப்பட்டிருக்கவில்லை.

நான்காம் வருணத்தவர் – சூத்திரர்கள் – சமுதாயத்தில் எவ்வாறு தோன்றினார்கள் என்ற நோக்கில் பல்வேறு ஆய்வுகள் செய்யப்படிருக்கின்றன. ஆரியர் என்ற இனத்தார், குறிப்பாக பிராமணர்கள் திராவிட இனத்தாரை அடக்கி ஒடுக்கி சூத்திரராகச் செய்தனர் என்ற ஓர் ஆய்வு முடிவு தென்னாட்டில் நிலை நிறுத்தப்பட்டிருக்கிறது. இந்த அடிப்படையில், அரசியல் கட்சிகள் இனத் துவேஷத்தை, மொழியிலேயே முதன்மைப்படுத்தி, அன்றாட வாழ்க்கையிலும் கூட பழிக்குப் பழி வாங்கும் நடைமுறையைக் கொண்டு வந்திருக்கின்றன.

ஆனால், டாக்டர் பாபாசாஹிப் அம்பேத்கர் நான்காம் வருணத்தவர் பற்றிய ஓர் ஆய்வை வேறுவிதமாக மேற்கொண்டு, முடிவு கூறுகிறார்.

ரிக் வேதத்தில் நால்வருணப் பாகுபாட்டை நிலைநிறுத்தும் 'புருஷ சூக்தம்' பின்னாட்களில் புகுத்தப்பட்டதென்று அவர்

விளக்குகிறார். வேதங்கள், உபநிடத கிராஹ்ய சூத்திரங்கள், ஜெண்டவஸ்தா போன்ற பல சமய தத்துவ நூல்களில் மூழ்கி அவர் உண்மைகளைத் தெளியச் செய்திருக்கிறார். 'ஆரிய – திராவிட'க் கருத்து, இந்திய சமுதாயத்தைக் கூறு போட்டு வைக்க மேல் நாட்டவர் பயன்படுத்திய ஒரு கற்பனை என்று அவர் கூறுகிறார்.

நான்காம் வருணத்தவரும், பஞ்சமர்கள் என்று ஒதுக்கப் பட்டவர்களும், ஆரியர் தங்கள் இனத்தினரைத் தூய்மையாக வைத்திருக்க ஒதுக்கி வைக்கப்பட்ட பூர்வீகக் குடிகள் என்பதும் சரியல்ல என்று அவர் விவாதிக்கிறார்.

ஆதி உபநயனச் சடங்கில், பிற்காலத்தில் (தற்காலத்தில்) நிலவும் பரம்பரை சொல்லும் முறையே இல்லை என்றும் கூறும் அவர், மலைக்காடுகளில் பச்சையூன் உண்டு வாழ்ந்த அநாகரிகக் குடிகளையும் தங்கள் சமுதாயத்தில் சேர்க்க – உபநயனம் செய்து வைக்க ஆதி காலத்தில் செய்யப்பட்ட 'வராட்ய ஸ்தோமம்' சடங்கைப் பற்றிக் குறிப்பிடுகிறார். மேலும், ஆரியர் பல்வேறு இனக் குழுவினருடன் போர் புரிய நேர்ந்தபோது, தோற்றாலும் வென்றாலும் அவ்வினக் குழுவினரின் பெண்களுடன் சம்பந்தம் செய்து கொண்டார்கள். ஆரியரல்லாத இந்த இனங்களில், அரசர், அடிமை என்ற வர்க்கங்கள் இருந்ததால், பெண் அடிமைகள் வென்றாலும் தோற்றாலும் இவர்களுக்கு உரிமையாகக் கிடைத்தார்கள். 'வது'க்கள் என்று இவர்கள் அறியப் பெற்றார்கள். இந்த அடிமைப் பெண்களின் சந்ததியினரும் கல்வியுரிமை பெற்றனர் என்று தெரிய வரும்படி சில சான்றுகள் உள்ளன.

டாக்டர் அம்பேத்கரின் ஆய்வு நூல் உபநயனச் சடங்குகளில் மேவிய புதிய பரிமாணங்களை விரித்துரைக்கிறது.

வேத கால உபநயனத்தில் முப்புரி நூலைப் பற்றிய குறிப்பே இல்லை. தந்தை வழிப் பரம்பரியம் கூறிக் கோத்திரம் உறுதி செய்யும் சடங்குகளும் இல்லை.

இந்த மாறுதல்களுடன் உபநயனம் செய்து வைக்கத் தகுதியும் உரிமையும் பெற்ற முதல் வருணத்தாருக்கு ஒரு விதி அறிவுறுத்தப்பட்டிருப்பதைக் காண்கிறோம்.

பெண்களுக்கும் நான்காம் வருணத்தாராகிய சூத்திரருக்கும் உபநயனம் செய்து வைக்கக் கூடாது; மீறிச் செய்தால் கொடிய பாவத்தை ஏற்பார்கள். பெண்களும் கடை வருணத்தவரும் வேத ஒலியைக் கேட்பது கூட தகாது என்றும் அச்சுறுத்தப்பட்டது.

ரிக் வேதத்தின் கடைசிப் பாடல்களாக வரும், 'ஒன்றாக நடப்பீர், ஒன்றாகச் சிந்திப்பீர், உங்கள் உணவு, பருகு நீர்

எல்லாம் எல்லாருக்கும் உகந்ததாக இருக்கட்டும், உங்கள் எண்ணங்களும் குறிக்கோள்களும் ஒரே மையத்தில் இணையட்டும்' என்ற கருத்துகளை, யார் எதற்காக இப்படிக் குதறி எறிய வழி வகுத்தனர்?

வேதம் கற்பிக்கும் 'புருஷ சூக்தம்', நால் வருணங்களைத் தொழில் ரீதியாக மட்டுமின்றி, கடைசி வர்க்கத்தினரை முதல் வர்க்கங்களுக்கு ஊழியம் செய்யும் வருணமாகவும் நியாயப்படுத்தி இருப்பது முரண்பாடாக இல்லையா?

சாம்ராஜ்ய அதிபதிகளும், அரசுப் பதவிகளும், உடைமை வர்க்க போகங்களும் சமுதாயத்தில் ஏற்பட்ட பிறகு, போகங்களுக்கு அடிமையாகித் தீர்ந்த முதல்வருக்குக் குரு பீடங்கள் ஏற்படுத்தி வைத்த வழிகளே மாறுபாடுகளைக் கொண்டு வந்தன. போகங்களை அனுபவிக்கும் க்ஷத்திரிய – இரண்டாம் வர்க்க மன்னருக்கும் மேலாக, அரச குருக்களாகப் பதவி அனுபவித்தனர் முதல் வர்க்கத்தினர். இந்த வகையில் வசிஷ்டராகிய பிரும்ம ரிஷிக்கும், அரச குலத்தில் பிறந்து, மேலாம் பிரும்ம ரிஷியாக விடாமுயற்சி செய்து அந்த நிலைக்குத் தன்னை உயர்த்திக் கொண்ட, கோசிகராகிய விசுவாமித்திரருக்கும் இடையே தொடர்ந்து வந்த பூசல்களும் வழக்கு வாதங்களும் அம்பேத்கரின் நூலில் ஆராயப்படுகின்றன.

போர்களும் பழி வாங்கல்களும், பூண்டோடு குலமழிப்போம் என்ற சூளுரைகளும், வேதப் பாடல்களின் விவரங்களிலிருந்தும், புராண மரபுகளில் இருந்தும் தொடர்ச்சியாகத் தெரிய வருகின்றன.

உபநயனம் செய்து வைக்க உரிமை பெற்ற முதல் வருணத்தார், இரண்டாம் வருணத்தாராக இருந்த க்ஷத்திரியர்களில் ஒரு பிரிவினருக்கு உபநயனம் செய்து வைப்பதில்லை என்று கட்டுப்பாடாக நின்று பழி வாங்கியிருக்க வேண்டும்.

உபநயனம் இல்லையேல் கல்வி அறிவொளியும் ஞானமும் பெறத் தகுதி இல்லாதவர்களாகின்றனர். இதனால் வேள்விகளில் பங்கேற்கும் உரிமை இல்லையேல், சொத்து வைத்துக் கொள்ளும் உரிமை கழன்று போகும். பிறகு, அவர்கள் முன்னவர்களுக்கு ஊழியம் செய்து பிழைக்க வேண்டும்.

பெண் இந்தச் சமுதாயச் சுழற்சிகளில் உயிரற்ற சுழற்சிக் காயாக மாற்றம் பெற்றாள். மேலும் மேலும் எண்ணற்ற சாதிகளும் பிரிவுகளும் தோன்றக் காரணமாக இருந்து, அதே சமயம் தனக்குரிய மனித கௌரவத்தையும் இழந்தாள்.

9

குரு பீடங்கள்

சாந்தோக்ய உபநிடதத்தில் ஒரு செய்தி வருகிறது. ஸத்யகாமன் ஓர் அடிமைப் பெண்ணின் மகன். அவன் பெயரே சத்யத்தை வேட்பவன் என்று அமைந்திருக்கிறது.

இவன் மானுடரை உய்விக்கும் மேலாம் கல்வியைப் பெற விரும்பினான். ஆனால், முனிவரின் குருகுலத்தில் தந்தை வழி பாரம்பரியம் கூறியாக வேண்டுமே?

"தாயே! எனது தந்தை யார்? நான் மேலாம் கல்வி பெற விரும்புகிறேன். உபநயனம் செய்விக்கும் குருவிடம் எனது பாரம்பரியம் எப்படி உரைப்பேன்?" என்று கேட்டான்.

ஜாபாலி என்ற பெயருடைய அந்த அன்னை அவனை நிமிர்ந்து பார்த்தாள். "மகனே, உன் அன்னை அடிமைப்பெண் என்பதை அறியாயோ? நீ சொல். நான் ஜாபாலி ஸத்யகாமன். எனக்குக் கோத்திரம் தெரியாது. தம் இளம் வயதில் பல நாயகர்களுக்கு அவர் பணியாட்டியாக இருந்தார். இதுவே உண்மை. இதை நான் உரைத்ததாகச் சொல்!" என்று கூறினாள்.

முனிவர், ஸத்யகாமன் கூற்றைச் செவியுற்று மகிழ்ச்சி யுற்றாராம். அவனை ஆசீர்வதித்துத் தம் சீடனாக ஏற்றுக் கொண்டாராம்.

"நீ உண்மையைக் கூறினாய். எனவே நீ மேலாம் வருணத்துக்குரியவன். உனக்குக் கல்வி பயிற்றுவது என் பேறு" என்று மொழிந்தாராம்.

அடிமையின் மைந்தனாக இருந்தாலும், கல்வி பயிற்றுவதற்கு உண்மையின் நாட்டம் முக்கிய காரணமாகிறது. அத்துடன், உபநிடத காலத்தில் 'தந்தை வழி' என்ற செருக்கு தோன்றிவிட்டது என்பதை இச்செய்தி வலியுறுத்துகிறது.

பெண் எவ்வாறு இந்த வகையில் பாதிப்புக்குள்ளானாள்? அவள்தானே சமுதாய உற்பத்தி என்ற முக்கியத்துவத்தைத் தன்

உடற்கூறியலில் கொண்டிருக்கிறாள்? அவள் அறிவையும் சுதந்திரத்தையும் கட்டுப்படுத்தாமலிருக்க முடியுமோ? மண உரிமை, மக்கள் உரிமை, அவளை மாற்றானின் வம்சம் பெருக்க வழி வகுத்து விடுமே? எனவே, அவளுடைய மண உரிமை, அதாவது தானே உவந்து வரிக்கும் உரிமை கட்டுப்படுத்தப்பட்டது.

அதற்கு முதல்படியாக, அவளுடைய உடலைப் பற்றிய மேன்மைகளே அவளுக்கு அதிகமாக அறிவுறுத்தப்படும் நெறிகளாக முதன்மை பெற்றன.

உபநயனம் முக்கியமில்லாததாக வண்ணமிழந்து மறுக்கப் பட்ட நிலையில் முடிந்தது. அக்காலத்துச் சொத்துரிமை, வேள்விகளைச் செய்ய உரிமை பெற்றவருக்கே இருந்ததால், அந்த உரிமை பெண்களுக்கு இல்லாததாக ஆயிற்று. உடைமைகள் பெரும்பாலும் ஆடு, மாடு, குதிரைகளில் நிலை கொண்டும், நிலவுடைமைகள் பரவலாகிக் கொண்டும் இருந்தன. நிலவுடைமைகள் காரணமாகப் போராட்டங்கள் நிகழ்ந்தன. இந்தப் போராட்டங்களில் உரிமையற்ற பெண்கள் பகடைக்காய்களாக, சந்ததி பெருக்கவும் தொண்டூழியம் செய்யவும் பயன்பட்டார்கள். இவ்வாறு ஒரு பக்கம் அடிமைகளாக ஒடுக்கப்பட்டும், மனைவி என்ற பெயரில் கற்பு நெறியினால் ஒடுக்கப்பட்டும் பெண்கள் ஒளியிழந்து போனார்கள்.

உடல் வலிமையினால் மனிதத் தொகுதிகளை ஆளும் தகுதி பெற்றவருக்கும், அறிவு–ஆன்ம வலிமையினால் ஏற்றம் பெற்றவருக்கும், அதிகார வெறியும் பதவிப் பித்தும் சுயநலங்களும் வளர்ந்ததனால் போர்களும் சச்சரவுகளும் நிகழ்ந்தன; சமுதாயத்தில் நாலாம் வருணம் என்ற ஊழியர்கள் உருவாக்கப்பட்டார்கள் என்று கண்டோம்.

குரு பீடங்கள், புரோகித வர்க்கங்கள், கத்தியின்றி இரத்தமின்றி மக்கள் தொகுதிகளைத் தங்கள் ஆளுமைக்குள் கொண்டு வர ஏதுவாக, பலப்பல புதிய ஆன்மீகக் கருத்துக்களை அள்ளித் தெளிக்க வேண்டி இருந்தது. அவற்றில் மிக முக்கியமானவை, இறந்த பின் மறு உலகம், சொர்க்கம், நரகம் என்ற கண்டுபிடிப்புகள். மரணத்துக்குப் பின்னுள்ள ஒரு வாழ்வைப் பற்றிய நம்பிக்கையில், வருண பேத சமுதாயத்தை நியாயப்படுத்த வாழ்முறையில் ஓர் ஒழுங்கு, நீதி, நெறிகள் எல்லாம் வலியுறுத்தப்பட்டன.

“ஓ, உனது பிறப்புக்குரிய தருமம் பதி சேவை. இதை நீ சிறிதும்

வழுவாமல் கடைப்பிடித்தால், சுவர்க்கத்திலும் நீ சுமங்கலியாகக் கணவனுடன் கோடானுகோடி ஆண்டுகாலம் வாழ்வாய்!" இத்தகைய நம்பிக்கைகளின் வாயிலாக பெண்ணின் அறிவைப் பறித்த இடத்தில், மயக்கும் தத்துவம் ஒன்று புகுத்தப்பட்டது. இவர்களை இந்த மூளைச்சலவை காலங்காலமாக அறிவை மழுக்கி உயிரைக் குடித்து வந்திருக்கிறது. இன்றும், இந்த இருபதாம் நூற்றாண்டின் இறுதியாண்டுகளிலும், சக்தி வாய்ந்த மின்னணுவியல் சாதனங்கள் மிக வெற்றிகரமாக, பட்டம் பெற்று பல துறைகளில் சாதனை செய்யும் பெண்களையும் மழுங்கடித்துக் கொண்டிருக்கிறது. உலகமெங்கும் காளான்கள் போல் தோன்றியிருக்கும் குரு பீடங்களுக்குப் பெண்களே மேய்ப்பதற்கு உகந்தவர்களாக விளங்குகிறார்கள்.

ரிக் வேதச் சான்றுகளில் பெண் குழந்தைகள் வேண்டுமென்று வேள்வி செய்யப் பட்டிருக்கவில்லை என்றாலும், பெண் குழந்தைகள் நிராகரிக்கப்பட்டிருக்கவில்லை.

'ஸ்திரீ' என்ற சொல்லுக்குப் பெண் என்ற முழுமையான, தனித்துவமுடைய மனித மதிப்புக் கொடுக்கப்பட்டிருக்கிறது. 'துஹிதா' – பால் கறக்கும் உரிமையைப் பெற்றிருக்கிறாள். 'உஷா' – ஒரு செல்லமான வீட்டுப் பெண்ணாக வருணிக்கப் பட்டிருக்கிறாள்.

அந்தக் காலத்தில் சடலங்களை எரிப்பதை விட, புதைப்பதற்கான சான்றுகளே மிகுதியாக இருப்பதாகக் கூறலாம். ஆனால், ஏறக்குறைய பிற்காலத்தைச் சேர்ந்தது என்று கொள்ளத்தக்க அதர்வண வேதத்தில் புதைக்கும் பழக்கம் மாறி, சடலங்களை எரித்து, நீர்க்கடன் செய்யும் வழக்கங்கள் வந்து விட்டதற்கான சான்றுகள் காணப்படுகின்றன. நீர்க்கடன் செய்வதற்கு ஆண் மக்களே உரியவராயினர். 'ஸ்திரி' என்பவள், ஒருவனின் மனைவி என்ற பொருளிலும் அறியப்படலானாள்.

ஆண் மக்களைப் பெறுவதற்கு மட்டும் உரிய கருவியாகப் பெண் நிலைப்படுத்தப்பட்டாள். கருவில் இருக்கும் குழந்தை பெண்ணாகி விடாமல் ஆணாகப் பிறப்பதற்குரிய மந்திரங்களும் சடங்குகளும் உருவாயின.

மேலாடை இளங்காற்றில் தவழ, உதயகன்னி ஒளிக்கீற்றாய், வான வெளியெங்கும் தங்கக் குழம்பால் துடைத்துக் கொண்டு, சுதந்திரமாய், மகிழ்வே, பூரிப்பே, நம்பிக்கையே வடிவாக வரும் ஓவியம்... எங்கே? எப்படி அழிக்கப்பட்டது?

அந்தக்கன்னியரின்சுதந்திரம் ஒடுக்கப்பட்டது. மேலாடைகள்

பறக்க, அவளை விரும்பிப் பின்தொடரும் இளைஞர்களும் அவள் நலம் விரும்புபவர்கள் இல்லை. அவள் பருவம் மலரும் முன் ஒருவனின் ஆதிக்கத்துக்கு உட்படுத்தப்பட்டாள். ஆம், திருமணம் என்ற விதி அவளுக்கு வாழ்வை வரையறுத்தது. உபநயனம் அவளுக்கு இல்லை என்றாயிற்று. அவள் ஒருவனைச் சார்ந்து, அவனுக்குப் பெற்றுத் தரும் ஆண் குழந்தைகளினால் தான் விளக்கம் பெறலாம். ஓர் ஆண் குழந்தை! அதைப் பெற்றுத் தராத பெண், வெறும் சாவி. அவள் சமூகத்திலேயே வெறுத்து ஒதுக்கத் தகுந்த பாவி.

மக்கள் பெருக்கத்தினால் புவி திணறும் இந்த நாட்களிலும், 'புத்திர காமேஷ்டி' யாகம் மேற்கொள்ளப்படும் விந்தை நடக்கிறது. கிறிஸ்தவ சாமியார் மந்திர நீர் தெளிக்கிறார்; மகவில்லாதவள் ஆண் குழந்தையைப் பெற்றெடுப்பதற்காக, தாயத்து மந்திரித்துக் கொடுக்கிறார். எல்லா சமயப் பெரியார்களும், ஒரு பெண் 'ஆண் பிரஜையைப் பெற்று, வாழ்வின் உச்சத்தை எட்ட' அருள் புரிகிறார்கள். அதே சமயம்.... பெற்ற பெண் சிசுவை நஞ்சூட்டிக் கொல்லத் துணியும் தாய்மார்கள் அவர்களும் ஆசீர்வதிக்கப்படுகின்றனர் !

10

வழுக்கல் தர்மங்கள்

மலை மக்களின் மேம்பாட்டுத் திட்டங்களின் ஒரு பிரதிபலிப்பான பெண்கள் பயிலும் கல்விக்கூடம் அது. நீலகிரியின் எழிலார்ந்த சூழலில் பசுமையான உருளைக்கிழங்கு வயல்களும் தேயிலைத் தோட்டங்களும் விளங்கும் கிராமங்களின் நடுவே அமைந்திருந்த அப்பள்ளியில் உதகை நகருக்கு அப்பாலுள்ள நகர்ப்புற நாகரிகம் தீண்டியிராத கிராமங்களில் இருந்து மேடு பள்ளங்கள் ஏறி இறங்கி வரும் சிறுமிகள் பலர் கல்வி ஒளி பெற்றார்கள்.

அப்பள்ளியின் ஆண்டு விழாக்கூட்டம் நடைபெற்றுக் கொண்டிருந்தது. மலை மக்கள் இனத்தைச் சேர்ந்த முற்போக்கு இளைஞரான அப்பள்ளியின் ஆசிரியர் ஒருவர் கூட்டத்தில் 'புரட்சிகரமான ஒரு எழுச்சி'க்கு வித்திட்டார். கூட்டமே குலுங்கினாற்போல உள்ளூர அதிர்வு உண்டாயிற்று.

அது என்ன புரட்சி?

பெண்களே! நீங்கள் வருங்காலத்தில் பெரிய புரட்சிகளைச் செய்ய வேண்டும். சரிதான், இப்போது, நீங்கள் ஒரே ஒரு சிறு புரட்சியைச் செய்யுங்களேன். உங்களை மூன்று நாட்களுக்கு ஒரு சிறிய கூடு போன்ற குச்சுக்குள் தள்ளி, ஒரு சாக்கை மட்டும் படுப்பதற்குக் கொடுக்கும் அநியாயத்தை எதிர்த்து அந்த நாட்களில் புரட்சி செய்யுங்கள்! என்றார்.

பிரச்சினையின் கனம் புரிந்ததா?

அந்த மூன்று நாட்களில் நீங்கள் எவ்வளவு துன்பப் படுகிறீர்கள்? குளிர், மழை போன்ற சமயங்களில் உங்களுக்குத் தேவையான வசதிகள் கிடைக்கின்றனவா? எத்தனை காலமாக மூடப் பழக்கங்களைப் பொறுக்கிறீர்கள்....?

மேல்சாதி வீடுகளில் ஒரு கால் நூற்றாண்டுக் காலம் முன்பு வரையிலும், மூன்று நாட்கள் விலக்கப்பட்டிருக்கும் பெண், பட்டணங்களில் வாயில் புறங்களிலும், கொல்லைப்

புறங்களிலும் காண்போருக்குக் காட்சிப் பொருளாகும் வண்ணம் விளம்பரத்துக்குள்ளாகியிருப்பது பரவலாகவே நடைமுறையில் இருந்தது. கந்தல் சாக்குப் படுதாவோ, தட்டியோ மறைக்கப்பட்ட இடத்தில் அவள் அவமானப்படுத்தப்பட்டாற்போல் கடுகிலும் கடுகாகக் குன்றிய நிலையில் தனிமைப் படுத்தப்பட்டிருப்பாள். அவள் பதிதை; முகம் பார்த்தாலே பாவம் என்று முதிய பெண்கள் – இந்தப் பாவங்களிலிருந்து கரையேறி ஆண் பிள்ளைகள் பெற்றுக் குன்றில் நிற்பவர்கள் – விலகிப் போவார்கள். அதிலும், அவள் ஒரு மாமியாராக இருந்து விட்டால், 'அந்த நாட்களில்' அவளுடைய மாமியார் தன்னை வதைத்த முறைகள் நினைவில் வரும். அவளும் மாமியாராகவே நடந்து மரபைக் காப்பாற்றுவாள்.

உணவு, பருகுநீர் ஆகியவற்றை இவளுக்குக் கொடுத்தால், மற்றவர்கள் (பெரியவர்கள் – மாமன் – மாமி – புருஷன் உள்பட) அதைக் கொள்ள முடியாதபடி எச்சில் பட்டது போன்ற குற்றமாகிவிடும். இவளுக்குத் தேவைப்படும் – இன்றியமையாத கழுவு நீர் கூடப் பத்தியமாகி விடும். அழுக்கு, வியர்வை, புழுதி என்று உறவாடிக் கொண்டு அந்தப் பாவ நாட்களை அவள் அநுபவிக்க வேண்டும்.

ஒவ்வொரு மேல் சாதிப் பெண்ணும் மூன்று நாட்கள் 'பஞ்சமர்' என்ற விலக்கப்படும் பாவத்துடன், உடலுழைப்பை அளிக்க வேண்டும். கொல்லை, கொட்டில் முற்றங்கள் கூட்டிச் சுத்தம் செய்தல், சாணி வாருதல், கீற்று முடைதல், துடைப்பம் தயாரித்தல் ஆகிய வேலைகலைச் செய்ய வேண்டும். இந்த நாட்களில் செய்வதற்கென்றே பணிகள் ஒதுக்கப்பட்டிருக்கும்.

பெண், பொருளாதார உற்பத்தியில் பங்கு கொள்ள அலுவலகம், பள்ளிக்கூடம் என்ற படி தாண்ட வேண்டி வந்த நிலையில் பல குடும்பங்களில் சநாதன வேலிகள் தகர்ந்தன. ஆனாலும், இத் தீண்டாமையை வைத்துப் பெண்களின் உடல் நலங்கள் சூறையாடப்படவில்லை என்பது ஒரு பாதிதான் உண்மை.

அக்காலத்தில் கூட்டுக் குடும்பங்களில் வளரும் பிள்ளைகள், இந்த மூன்று நாள் விலக்கைப் பற்றிய உண்மையை அறியாத குழப்பங்களில் வளர்ந்தார்கள்.

"அம்மாவுக்குக் காய்ச்சலா? எந்தக் காய்ச்சல்? படுக்கையில் படுத்துக் கஞ்சி குடிப்பாளே, அந்தக் காய்ச்சலா? இல்லாட்டி உலக்கையைப் பக்கத்தில் வச்சிட்டு ஓலை கிழிப்பாங்களே, அந்தக் காய்ச்சலா?" என்று சிறுவன் கேட்பான்.

"குழந்தைகளை ஆஸ்பத்திரியில் இருந்து எடுத்து வருவார்கள், அம்மாவின் வயிறு பிளந்து குழந்தையை வெளியாக்கி விட்டு, மூடிக் கொள்ள தேவதை வந்து இரவில் மந்திரக் கோலால் தடவும்..." என்பன போன்ற கற்பனைகளுக்குப் பஞ்சமில்லை. ஆனால், இப்போது இந்த நிலைகள் மிக வேகமாக மாறிப் போய் விட்டன.

அன்றாடம் மின்னணுவியல் - தொடர்புச் சாதனங்கள் மூடு மந்திரங்களை அம்பலமாக்கிக் கொண்டிருக்கின்றன. ஐந்து வயதுப் பையன், தாயின் பிறந்த நாளுக்கு, அந்த மூன்று நாட்களுக்குத் தேவைப்படும் 'ஸானிடரி நாப்கின்' வாங்கிப் பரிசாக அளிக்குமளவுக்கு வாணிப கலாசாரம் முன்னேற்றங்களைக் கொண்டு வந்திருக்கிறது. இந்த நாட்களில் இந்த நாகரிகங்கள் மலைக்கிராமப் பழங்குடிகளை எத்தனை நாட்கள் தீண்டாமலிருக்க முடியும்?

ஆனால், பிரச்னை 'தீண்டாமை' என்ற புற நோக்கைச் சார்ந்ததாக மட்டுமில்லை.

ஒரு பெண்ணின் உடற்கூறியல் சார்ந்து இயல்பாக நிகழும் இந்த மாறுதல்கள் - அவளுடைய பட்டாம்பூச்சி இயல்பின் சுதந்திரத்தை உடலளவில் மட்டும் பாதிக்கவில்லை. அவளுக்குத் திடீரென்று உற்றவரும் சுற்றத்தாரும் சமூகமும் கற்பிக்கும் அசாதாரண அழுத்தங்கள் உள்ளத்தையும் பாதிக்கின்றன.

ஆண்கள் படிக்கும் பள்ளிக்குக் கல்வி பயில அனுப்பாமல் கல்விக்கே முற்றுப்புள்ளி வைக்கும் வழக்கம் ஒரு வகை.

அதைத் தாண்டினாலோ, பெண்ணின் இயல்பில் அவர்கள் நம்மைக் கவனிக்கிறார்களோ என்ற உறுத்தல் வெளிச் செயல்களில் பிரதிபலித்துக் கொண்டிருக்கும். பாலியல் சார்ந்த கூறுகளின் வெளிப்பாடாக, கண் மண் தெரியாமல் இவளை ஆட்டிப் படைக்கும் ஒரு சூழலையே இக்காலச் சமுதாயம் இவளுக்கு வழங்கிக் கொண்டிருக்கிறது. ஆனால், இவளுடைய அடிப்படை அச்சமோ, தீண்டாமை மரபில் வந்த குற்ற உணர்வோ, முற்றிலும் நீங்கி விடவில்லை என்பதே உண்மை. அத்துடன், ஓய்வு தேவைப்படும் ஒரு நிலையில், அந்தப் பலவீனம் மறைக்கப்படுவதற்காக மேற்கொள்ளும் கட்டாய மேல் வேடம், இவளுக்கு இரட்டிப்புச் சுமையாகிறது. உடல் அசதி, வயிற்று நோவு, தலை நோவு என்று வெளியிட இயலாத சங்கடங்களை அனுபவிக்கிறாள். அலுவலகம் செல்லும் இளநங்கை, இந்த நாட்களில் மிகக் கவனமாக நீராடி, மலர் சூடி, பட்டுடுத்திச்

சிங்காரித்துக் கொள்வதும் நடைமுறையாயிருக்கிறது. 'ஆஸ்பிரின்' போன்ற மாத்திரைகளை விழுங்கியவண்ணம், முகத்தை மலர்ச்சியாக வைத்துக் கொள்ள முயற்சி செய்கிறாள். இவள் நாணத்துடன் போற்றிக் காத்த ரகசியங்கள், பொது விளம்பரங்களால் கொச்சைப்படுத்தப்பட்டு, குப்பைகளில் மலிந்து விட்டன. என்றாலும், பெண்களே பொறுப்பேற்றிருக்கும் நிறுவனங்கள் கூட, 'பெண்ணை' இச்சங்கடங்களில் இருந்து மீட்டிருக்கவில்லை.

கணவருடன் ஸ்கூட்டரில் அலுவலகம் செல்லும் இளம் பெண், "அந்த நாட்களில் நான் பஸ்ஸைத்தான் பிடிக்க வேண்டும். எங்களவர், கொஞ்சம் 'ஆர்த்தடாக்ஸ்'. ஸ்கூட்டரில் வர அனுமதிக்க மாட்டார்" என்று சொல்வது அபூர்வ ராகமல்ல.

இந்தக் கணவன்மார்கள், திருநீறும் உருத்திராட்சமும் தரித்துப் புகை பிடிப்பார்கள். மதுவும் கூட விலக்காக இருக்காது. கண்ட சேற்றிலும் கூடப் புரண்டு வருவார்கள். எந்த மனைவியும் அவர்களிடம் தீண்டாமை பாராட்ட 'தருமம்' இடம் கொடுப்பதில்லை.

'விலக்கு' என்பதன் உண்மைப்பொருள் பூரண ஓய்வு, தூய்மை என்பதாக இருக்க, இரயிலிலும் பஸ்ஸிலும் இடிபட்டு அலுவலகம் சென்று வந்து, அன்றாடம் தலைமுழுகி, அடுப்படியையும் ஏற்று, அனைத்து வேலைகளையும் செய்ய வேண்டியவளாகிறாள்.

"எங்க வீட்டில் தனியாக இருப்பது சாத்தியமில்லை. நான் தான் தலை முழுகிச் சமையல் செய்வேன். பூசை அலமாரி மட்டும் தொட மாட்டேன்" என்று தங்கள் குடும்ப முன்னேற்றத்தைப் பெருமையாகப் பறையடிக்கும் இடைநிலை வர்க்கத்துப் பெண், உண்மையாகவே நவீன சாதனங்களினால் பயனடைகிறாளா?

இவளுடைய இயற்கையான உடல் சார்ந்த இயக்கங்களிலும் இந்த அறிவியல் முன்னேற்றம் முட்டுக்கட்டை போடுகிறது. ஆணாதிக்கம் கோலோச்சும் குடும்பம், பெண்ணை எந்த ஒரு சந்து பொந்திலும் கூட ஆறுதல் மூச்சு விட இடம் வைக்காதபடி பார்த்துக் கொள்கிறது.

"வீட்டில், மாமியார் நாத்தனார் வராங்க... நாள் சரியில்லீங்க... மாத்திரைதான் வாங்கிச் சாப்பிட்டேன்" என்று சொல்வது மிகச் சாதாரணமாகி விட்டது.

இருவருக்கும் சேர்ந்தாற்போல் அலுவலக விடுமுறை இரண்டு நாட்கள் இருந்தால், கணவன் தேர்ந்து கொள்ளும் சுற்றுலாக்

குழுவில் இவளும் இணைந்தாக வேண்டும். "ஆறுபடைவீடு போவதுன்னு தீர்மானிச்சிருக்கிறேன். சமயம் சரியில்லேன்னு கழுத்தறுக்காதே. மாத்திரை வாங்கிச் சாப்பிட்டுக்க!" என்று கணவன் – முருக பக்தன் கட்டளையிடுவது அபூர்வமல்ல.

"பொட்டப் புள்ளையப் பெத்து எடுத்துட்டு வராதே! அதுக்கு நீ வர வேணாம்!" என்று சொல்லும் 'அறியாமை' ஆதிக்கக் கணவனை விட, முன் கூறிய கணவன் எந்த விதத்தில் மேம்பட்டவன்? கழுத்தில் சங்கிலியை இணைத்து, கையில் பிடித்துச் செல்லும் வளர்ப்பு நாய்க்குக் கூடக் குரைக்கும் சுதந்திரம் இருக்கிறது. அந்த அளவில் அது 'நாயாக' இருக்கிறது. தாலி போட்டு இணைத்துக் கொண்ட மனைவியாகிய பெண்ணுக்கு, அவள் உடற்கூறியலின் உரிமை கூடப் பறிக்கப்பட்டிருக்கிறது.

11

பூ மலருவது எதற்காக?

திருமண வயதைப் பெண்ணுக்குப் பதினெட்டாகவும், ஆணுக்கு இருபத்தொன்றாகவும் உயர்த்தியிருக்கும் அரசு, மக்களுக்கு விழிப்புணர்வு ஊட்டுவதற்காகப் பல விளம்பர யுக்திகளைக் கையாளுகிறது.

அதில் ஒரு மாதிரி – பெண் வயதுக்கு வந்த பூப்பு நீராடல் நிகழ்ச்சி, விழாவாகக் கொண்டாடப்படும் நேரம். பெண் மங்கல நீராடி, பூச்சூடி, பட்டுடுத்தி, மணையில் உட்கார்ந்திருக்க, கட்டுக்கழுத்தியர் வந்து, வாயில் இனிப்புக் கொடுத்து, ஆரத்தி எடுத்து வாழ்த்தும் காட்சி. மங்கல இசை முழங்கும் கூடத்தில் விருந்தினரான ஆண்கள் வந்து நிறைய, பெண்ணின் தந்தை வரவேற்கிறார். அப்போது ஓர் ஆள் (இவர் கல்யாணத் தரகர் – இவர்களுக்கு இந்த மாதிரி விழாக்களில்தான் வேட்டை கிடைக்கும் போலும்!) 'ஏங்க, பொண்ணு வயசுக்கு வந்தாச்சுல்ல? கல்யாணம் செய்திட வேண்டியதுதானே' என்று அறிவிக்கிறார். அதற்குத் தந்தை, 'ஆமாம்... எல்லாமே தயார்தான். மாப்பிள்ளையைப் பார்த்து முடிச்சிட வேண்டியதுதான்' என்று 'ரெடி'யான விடை கூறும்போது, 'கறுப்புக் கோட்' சகிதம் ஒரு வழக்குரைஞர் அங்கு ஆஜராகிறார். 'அதான் இல்லை, பெண் இன்னும் தயாராகவில்லை. பெண்ணுக்குப் பதினெட்டு வயசும் ஆணுக்கு இருபத்தோரு வயசும் முடியாமல் கல்யாணம் செய்யக் கூடாது' என்று சட்டத்தை அசிறு பிசிறு இல்லாத தீர்ப்பளிக்கும் குரலில் எடுத்துரைக்கிறார். இந்தக் காட்சி – பெண் பூப்படைந்து விட்டதும் போகத்துக்குத் தயாராய் விடுகிறாள் என்ற, காலம் காலமாக மக்கள் மனதில் பதிய வைக்கப்பட்ட கருத்தை எப்படிக் கெல்லி எறியும்?

குழந்தை மணத்தைத் தடுக்கும் 'சாரதா சட்டம்' என்ற பெயர் பெற்ற வலிமையான ஒரு தடையை அந்தக் காலங்களில்

மீறுவதற்கு அஞ்சி, பாண்டிச்சேரி போன்ற இடங்களுக்குச் சென்று திருமணம் முடித்த சான்றோர் பலர் இருந்திருக்கிறார்கள்.

இன்னமும் சங்கராசாரிய குரு சுவாமிகளின் குடைநிழலில், வயதுக்கு வருமுன்பே சநாதன முறைப்படி பெண் குழந்தைக்குத் திருமணம் செய்து வைக்கும் பிராமணோத்தமர்கள் இல்லாமல் இல்லை. பொருளாதாரத்திலும், சமுதாய அளவிலும் பிற்பட்டுத் தங்கி விட்ட அடிநிலை மக்களை எந்தச் சட்டமும் அணுகுவதும் இல்லை; தீண்டுவதும் இல்லை.

பூப்பு நீராட்டுவிழாவின் உட்பொருள் யாது?

முப்பது நாற்பது வருடங்களுக்கு முன்பு, விழாக்களில் 'மைக்கு செட்' போட்டு, சினிமாப் பாடல்களை ஒலிபரப்பும் நாகரிகம், பட்டி தொட்டிகளிலெல்லாம் விறுவிறுவென்று காட்டுத்தீ வேகத்தில் பரவியது. கிராம சமுதாயங்களில், மிக மிக முக்கியமாகக் கருதப்பட்ட விழாக்களில், 'பூப்பு நீராட்டு விழா' முதன்மையானது. எத்துணை ஏழையானாலும் தாய்மாமன் சீரெடுக்க, உற்றவரெல்லாம் சிறப்புச் செய்ய, பெண் வயதுக்கு வந்த செய்தி விளம்பரப்படுத்தப்படும். எவ்வளவு விரைவில் அவளை மாப்பிள்ளை வீட்டாரோ அல்லது அத்தை மக்கள் – மாமன் மக்கள் என்ற முறை மாப்பிள்ளைகளோ தேடி வந்து திருமணம் முடிக்கிறார்களோ, அவ்வளவுக்கு அவள் அதிர்ஷ்டசாலி; வயசுக்கு வரும் நேரமே பெண்ணின் ஜாதகம் கணிக்கும் நேரமாகவும் முக்கியத்துவம் பெறுகிறது. அதைப் பொறுத்தே அவள், ஆண் மக்களைப் பெறுவதோ, அதிர்ஷ்டக்காரப் புருஷனுடன் செல்வம் கொழிக்க வாழ்வதோ கணிக்கப் பெறுகிறது. இந்த ஜாதகத்தில் கோளாறு வந்து விட்டால், அவளைப் பெண் கேட்க வருபவர் அமைவது கடினம். ஒரு பெண் வயசுக்கு வந்து, இரண்டாண்டுகளுக்கு மேல் ஆகிவிட்டால், 'ஓ! சீந்துவாரில்லாமல் உட்கார்ந்து விட்டதே!' என்று மந்திர தந்திர சாமியார்களிடம் பரிகாரம் தேடிப் போகிறார்கள்.

கல்வியும், விழிப்புணர்வும் இல்லாத சமுதாயங்களில், 'பெண் பூப்படைதல்' என்ற இயற்கை நிகழ்வுக்கு இந்த அளவில் முக்கியத்துவம் இன்னமும் குறையவேயில்லை.

இச்சமுதாயங்களில் இருந்து, அபூர்வமாக ஒரு பெண் அரசின் சலுகைக் கோலைப் பற்றிக் கொண்டு மேல் பரப்புக்கு வருவதற்கு எத்தனையோ ஆதிக்கங்களை மீற வேண்டியிருக்கிறது.

சட்டம் திருமண வயது வரம்பை உயர்த்தியிருப்பதற்குக் காரணியாக இருப்பது மக்கட் பெருக்கக் கட்டுப்பாடுதான்.

ஒரு பெண்ணின் பிள்ளை பெறும் காலம், பதினான்கிலிருந்து நாற்பத்தைந்து வரையிலும் முப்பது ஆண்டுகளாக நீட்சி பெற்றிருக்கிறது. திருமண வயதை சில ஆண்டுகள் உயர்த்துவதால் மக்கட் பெருக்கம் குறையலாம் என்பது ஒரு சிறு தடைதான்.

ஆனால் இதை மட்டும் வைத்துத் திருமண வயதைத் தள்ளிப் போடுங்கள் என்று சொல்வதில் அழுத்தம் கூடாது என்று அடுத்த காரணியும் காட்டப் பெறுகிறது. பூப்பு நிகழ்ச்சியினால் மட்டும் பெண் ஒரு குடும்பத்தைத் தாங்கும் மன வளர்ச்சியும், அறிவும் பெற்று விடுவதில்லை. எனவே, தள்ளிப் போடுங்கள் – முழு வளர்ச்சி பெற்ற பின் உதிக்கும் குழந்தைதான் ஆரோக்கியமாக இருக்கும் என்றும் சொல்லப்படுகிறது. இந்தச் சாதனங்கள் எந்த அளவுக்கு மக்கள் கருத்தில், பெண் பூப்படைதல் என்ற உடல் சார்ந்த நிகழ்வின் முக்கியத்துவத்தின் நோக்கத்தை மாற்றியிருக்கிறது என்பதைக் கணித்தால், மாற்றமேயில்லை என்பது தெரிய வருகிறது.

ஓர் ஆணுக்குத் திருமணம் என்று பேசும் முன், அவன் கல்வியோ, இன்றியமையாத பொருள் சம்பாதிக்கும் தகுதியோ முக்கியத்துவம் பெறுகிறது. குமரப் பருவத்தை எய்தும் மாறுதல்கள் இயற்கையாகவே ஆணுக்கும் நிகழ்கின்றன. மேலுதட்டிலும் தாடைகளிலும் ரோமம் வளருதல், குரல் உடைதல் போன்ற மாறுதல்கள் இயல்பாக வருகின்றன. ஆனால், அந்த வளர்ச்சி, இயற்கையாக அவனுடைய சுதந்திர இயக்கங்களுக்குத் தடை போடுவதில்லை.

அவன் மேலும் மேலும் கல்விப்படிகளில் ஏறிச் சிகரங்களை எட்ட ஊக்கமும் உற்சாகமும் தரப்படுகின்றன. உன்னதங்களை எட்டிப் பிடித்த பெரியோர் சான்றோர் முன்மாதிரிகள் அவனுக்கு மேலும் உந்துதல் அளிக்கின்றன.

ஆனால், பெண்ணுக்கு?

வயதுக்கு வரும் முன்னரே தாய் 'உஷாராகிறாள்'. முன்கூட்டியே மகளுக்கு இயற்கையில் நிகழப் போகும் அந்த நிகழ்ச்சி குறித்துத் தெரியச் செய்திருந்தாலும் அவளுடைய ஒவ்வொரு செயலிலும், எண்ணெய் நீராட்டும்போதும், உடையளவு பார்க்கும்போதும், வயசுக்கு வரப் போகிறாய் என்று அஞ்சத்தக்க உணர்வு ஊட்டப்படுகிறது. தனக்கே அவள் அந்நியமாகிப் போகும் ஒரு சுமையைச் சுமக்க வேண்டியவளாக அறிவுறுத்தப்படுகிறாள்.

இந்த வயதில் சிறுமியர் அநேகமாக ஏழு-எட்டு வகுப்புகளில் படித்துக் கொண்டிருப்பார்கள். ஒன்பதாம் வகுப்புக்குச் செல்லும்போதோ, முன் பின்னாகவோ பருவப் பூரிப்பு நிகழும். எல்லா இரகசியங்களும் நவீன விளம்பர உத்திகளால் அம்பலமாக்கப்பட்டு விட்ட இந்த நாட்களிலும் இந்தச் சிறுமிகள் பலர், மலர்ந்தும் மலராத இரகசியங்களாக, ஒருவருக்கொருவர் தத்தம் உணர்வுகளைப் பகிர்ந்து கொள்வதில் கூட கூச்சப்படுபவர்களாகவே இருக்கின்றனர்.

புதிய மேனி அழகுச் சாதனங்கள், உடைகள், திரையுலகத் தாரகைகளின் அலங்காரங்கள், காதல் காட்சிகள் ஆகியவை சுவாரசியங்களாக முக்கியத்துவம் பெறுகின்றன. இந்தக் கட்டத்தில், பூப்பு நிகழும் மாற்றம் வந்து விடாத நிலையில் இருக்கும் பெண் தான் ஒதுக்கப்படுவதாக உணர்ந்து அவளே ஒதுங்குகிறாள். அது நிகழ வேண்டுமே? நிகழாமலே இருந்து விடுமோ என்ற மன உளைச்சலுக்கும் ஆளாகிறாள். தன் பின்னே மாணவர் தொடர்ந்து வரச் செய்யும் அழகுதான் அவளைக் கர்வமுறச் செய்கிறது. நீ உடல், உடல், உடல்தான் என்ற மந்திரத்தால், அவள் யாரோ ஒருவனுக்காகவே தான் காத்திருப்பதாக உணர்வு பெற்று விடுகிறாள்.

12

நாய்த் தாய்மை

அண்மைக் காலங்களில், பள்ளி இறுதித் தேர்வுகளில் அதிக மதிப்பெண்களும் விழுக்காடுகளும் பெற்று வெற்றி பெறுபவர்கள் பெண்களாக இருக்கின்றனர். கிராமப்புறங்கள், நகரங்களில் இருந்து வந்து கல்வி கற்கும் பெண்கள் மிகுந்த ஊக்கமும் உற்சாகமுமாகப் பல துறைகளில் தங்கள் வெற்றி அடிகளைப் பதிக்க வந்திருக்கின்றனர்.

ஓர் இளந்தோழி - இவள் மருத்துவக் கல்வி முடித்துக் கிராமம் ஒன்றில் பயிற்சிப்பணி ஆற்றியிருக்கிறாள். தன் பணி அனுபவங்களை அவள் எடுத்துரைத்தபோது, ஆர்வமும் ஆவலும் முகத்தில் குமிழியிட்டன. பால்வினை நோயுடன் வரும் கிராமத்து ஆணாதிக்க வர்க்கத்தைப் பற்றிச் சொல்கையில், அவர்கள் நாவிலிருந்து உண்மையை வரவழைக்கும் யுக்திகளை விவரித்தாள். குடிகாரக் கணவர்களையும், ஊட்டச் சத்துப் பற்றாக்குறையால் நோஞ்சானாகிப் போன குழந்தைகளையும் சுமக்கும் கிராமப்புற எளிய மனைவியரின் வேதனைகளை உணர்ந்து, இந்தப் பெண் மருத்துவர் கிராமங்களில் ஊன்றி, இலட்சியப்பணி செய்ய வேண்டும் என்று நினைப்பது இயல்புதானே!

ஆனால், இவள் வீட்டில் மூன்று தலைமுறைக்காரரின் கருத்துக்களில் இந்தப் பிரச்சனை ஆழ்ந்து போகிறது.

ஒரு பெண்ணின் வாழ்க்கை, திருமணம் - கணவன் என்ற மேன்மைகளில்தான் மலர்ச்சி பெற முடியும் என்பதைக் கட்டாயமாக வலியுறுத்தும் பாட்டன் - பாட்டி. மருத்துவக் கல்லூரியில் மகளைப் படிக்க வைத்துப் புரட்சியைக் குடும்பத்தில் கொண்டு வந்த பெற்றோராலும் இதற்கு மாறாகத் தீர்மானிக்க முடியவில்லை. பதினேழு-பதினெட்டு வயதுகளில் கல்யாணம் வேண்டாம். ஆனால், படிப்பு முடித்துத் தொழில்

புரியத் தகுதி பெற்ற இருபத்தைந்தாவது வயதில் திருமணம் செய்ய வேண்டியதுதானே? இன்னும் சிறப்புப் பயிற்சி என்று மூன்று நான்கு ஆண்டுகள் ஓட்டினால், வயது இருபத்தொன்பது, முப்பது என்றாகி விடுமே? மேலும், இதிலும் பிரச்சினைகள் பல. மருத்துவம் படித்த பெண்ணுக்கு ஒரு டாக்டரேதான் கணவனாக வர வேண்டும். இருவரும் சேர்ந்து தொழில் புரிவதனால், பிரச்சனைகள் இருக்காது என்று பெற்றோர் கருதுகிறார்கள். ஆனால் அவளோ, அதிலும் பிரச்சினை காண்கிறாள். மருத்துவம் படித்திருக்கும் ஒரு ஆண், இவள் என்ன 'சிறப்புப்' பாடம் எடுக்க வேண்டும் என்பதை விதிக்கிறான். இவள் கண் மருத்துவம் எடுக்க விரும்பலாம்; இருதய நோய் நிபுணராக விரும்பலாம்; ஆனால் அவன் தனக்கு உதவியாக – தன் வாணிபத்துக்கு வளமை சேர்க்க, மகப்பேறு பெண் நோயியல் – இல்லையேல், மயக்க மருந்து கொடுக்கும் நிபுணத்துவம் என்று அவன் தேர்ச்சி பெறும் துறையை நிர்ணயிக்கிறான்; ஆணை இடுகிறான். அப்படி ஒரு ஆதிக்கத்துக்குக் கட்டுப்பட்டு என்னால் தொழில் செய்ய முடியாது என்று அவள் கருதுகிறாள்.

இதே போல், உயர்கல்வி பெறும் பெண்கள் அனைவரும் வாழ்க்கைப் பிரச்சினைகளை எதிர் கொள்ள வேண்டியிருக்கிறது. இந்தப் பிரச்சினை ஆணுக்கு இல்லை.

திருமண விளம்பரங்களில், மணமகள் தேவை விளம்பரங்களில், Slim – Fair – Tall ஒல்லியாக, உயரமாக, சிவப்பாக இருக்க வேண்டும் என்றே இலக்கணம் வகுத்து நிபந்தனைகள் போடப்படுகின்றன.

ஆனால் ஒரு பெண் தனக்கு வாழ்க்கைத் துணைவனாகக் கூடிய ஆண் இப்படி இருக்க வேண்டும் என்பதைக் கனவு காணலாமே ஒழிய, வெளிப்படையாக விளம்பரம் செய்துவிட முடியாது. வெளிப்படையாக, பெற்றோரும் ஒப்பும்படி கோரக் கூடியதெல்லாம், படிப்பு வேலை அல்லது தொழில், பொருளாதாரம் சார்ந்த நிலை, சாதி போன்ற தகுதிகள்தாம். தனித்தன்மை பற்றி இவள் கேள்வி கேட்க முடியாது.

'பேதைமை என்பது மாதர்க்கணியாம்' – இது வலியுறுத்தப் பட்ட வாசகம்.

அவள் ஒரு உதவியாளராகவோ, தப்பினால் இரண்டாம் நிலை வேலை செய்பவளாகவோ இருப்பது உத்தமம். பணம் கொண்டு வருவாள். தேவையானபோது சம்பளத்துடன் விடுப்பு போன்ற சலுகைகள், வசதிகள் உடைய அரசு, பொதுத்துறை

நிறுவனங்களில் மந்தைகளில் ஒரு புள்ளியாக இருப்பது மிகவும் சிலாக்கியம்.

அறிவு, சிந்தனைத் திறன், உடலாற்றல், ஆராய்ச்சிப் பட்டங்கள் ஆகிய சிறப்புகளை எந்தக் குடும்பத்தாராலும் ஏற்க முடிவதில்லை. அவளாக, வயசு மீறிய பின் சந்தர்ப்ப நெருக்கடியிலோ, உணர்வுகளின் நிர்ப்பந்தங்களிலோ, குடி காரனிடமோ, காடிப் பானைப் புளிப்பிலோ சிக்கிக் கொள்ளும் விபத்து தப்ப முடியாததாகிறது. கழுத்தை நீட்டித் தாலி கட்டிக் கொள்ளாமல் வயிற்றில் சுமக்கும் பந்தம் வந்து விட்டால் இவள் வாழ்நாட்களே முடமாகி விட்டாற் போன்று அழுந்திப் போகிறாள்.

இதனால், காலத்தில் இவளுக்கு ஏற்ற ஒருவனைப் பிடித்துக் கட்டுவிக்கும் வரையிலும் பெற்றோர் நிம்மதி அடைவதில்லை. பெண் என்பவள் உடல் சார்ந்து, உளம் சார்ந்து, கணவனுக்கும் அவன் வீட்டாருக்கும் எந்த நிலையிலும் உழைக்க, விட்டுக் கொடுக்க, கட்டுப்படுவதே நியாயம் என்ற தருமமே இந்தச் சமுதாய அமைப்பின் ஆணி வேராக இருக்கிறது.

எனவே, 'பெண்' மண்ணில் கண் விழிக்கும்போதே அவள் இயல்பான உணர்வுகள், தனித்தன்மைகள் வளர்ந்து விடுவதற்கான சாரங்கள் அவளுக்கு இசையாமல் தடுக்கப் படுகின்றன. தாய், ஒரு பெண்ணாக, தன் இயல்பான உணர்வு களில் இருந்து மாற்றான் உடைமை என்று அந்நியப்படுத்தப் பட்ட உணர்வுகளில் ஊறிய பாலையே தன் மகளாகிய சிசுவுக்குக் கொடுக்கிறாள்.

அவள் பிறப்பின் குறிக்கோளே ஆணின் சார்புதான். எனவே உடல் பரமான ஓர் அடிமைத்தனமே உணர்வு பூர்வமான, அறிவு பூர்வமான, ஆன்ம பூர்வமான நிறைவுக்குக் கொண்டு செல்ல வல்லது என்ற மாயையாக நிர்ணயிக்கப்பட்டிருக்கிறது.

ஆண் பிள்ளையின் இயல்பான வேகங்களும் எழுச்சிகளும் ஒப்புக்கொள்ளப்படுவது மட்டுமில்லை; உந்தவும் படுகின்றன. அவனுடைய சுதந்திர இயக்கங்கள் ஊக்கமும் உற்சாகமுமாக வரவேற்கப்படுகின்றன.

ஆனால் பெண்ணோ, மனமுதிர்ச்சியும் பக்குவமும் வரும் முன்பே தனிமைப்படுத்தப்படுகிறாள். உடல் முதிர்ச்சியின் காரணமாகத் தன்னைத் தனக்கே அந்நியமாக்கிக் கொள்ளக் கட்டாயப்படுத்தப்படுகிறாள் புதிய இளமை கட்டவிழும் மகிழ்ச்சிகள், ஆண் தோழர்கள், கேலிகள் குறும்புகள் எல்லாமே உணர்ந்து அனுபவிக்க இயலாமல் இவளுக்கு

அந்நியமாக்கப்படுகின்றன; ஒரு குற்ற உணர்வுக்கு ஆளாகிறாள்.

"பி.ஏ. முடிச்சதும் கல்யாணத்தைப் பண்ணி விட வேண்டும். எம்.ஏ. எம்.ஃபில் என்று போக விட்டால், பொண்ணு பொண்ணாக இருக்க மாட்டாள். கன்னம் வடிஞ்சு, எலும்பு தெரிய வத்திப் போவா..."

பெண் எந்த நிலையில் போகத்துக்கு உரியவளாக இருப்பாள் என்பதைக் குறிப்பாக்கும் கருத்து இது.

"பொண்ணு லட்சணம். வங்கியில் வேலை. வயசும் இருபத்திரண்டுதான், நல்லாருக்கிறாள். இவளையே பார்க்கலாம்" என்று தேர்வுக்குக் கணிக்கப்படுகிறாள்.

ஓர் ஆணின் மகிழ்ச்சிக்கு, தேவைக்கு, பொருளாதார வன்மையுடன் அவனைச் சார்ந்திருப்பதற்குமான முரண்பட்ட நிலையில்தான் கல்வியும் சுயச்சார்பும் உடைய பெண் மதிக்கப்படுகிறாள். அவளுடைய கல்வியுடன் எல்லாத் திறமைகளும் அந்த ஆண் உரிமைக்குள் அடக்கமாகி விடுகின்றன.

இப்படி ஒருவனுள் தான் அடக்கமாக வேண்டுமே என்று பெண் ஏங்கித் தவிக்கும்படியான ஒரு சமுதாய மன வளர்ச்சி பரவலாகி வருகிறது. வெளிக்குச் சுயச் சார்பு, பொருளாதார சுதந்திரம், சம உரிமை என்ற குரல்கள் ஒலித்தாலும், உண்மையில் முரண்பாடான மன வளர்ச்சியும் அது சார்ந்த பிரச்னைகளும், இளம் பெண்களின் ஆளுமையைக் குதறும் நிலையையும் பொருட்படுத்தாமல் இருக்கிறோம்.

எலும்புத் துண்டுக்காகக் குதறிக் கொள்ளும் எச்சில் நாய்களைப் போன்ற மனிதக் கும்பலின் இடையே உழைப் பூதியத்துக்காக மகள் வேலை செய்யப் போகிறாள். தாய் இந்தச் சூழலை நன்கு உணர்ந்திருப்பவள்தான். என்றாலும், தவறாக ஏதும் நடந்து விட்டால் தாய்தான் குத்தி இழுக்கிறாள். "ஏண்டி? கேடு கெட்ட கழுதை? எவன் கிட்டப் போனே?" என்றுதாள் கேட்கிறாள். 'காப்பவன்' என்ற பொறுப்பேற்காமல் மோசம் செய்தவனின் கருவை ஏற்றுச் சுமந்து வெளியாக்கும் நிலையிலும், உயிர் போகும் தலையாய நோவின் இடையே கூட, இந்தப் பெண் மனிதாபிமான இரக்கத்துக்கோ, கசிவுக்கோ உரியவளாவதில்லை. 'தரும' மருத்துவமனைத் தாதியரும் கூட இவளை நச்சுத் தோய்ந்த சொல்லம்புகளால்தான் குத்தி எடுக்கிறார்கள். பெண்ணுக்குப் பெண்ணே ஏன் இப்படிக் கல்லாகிப் போகிறாள்? நாலைந்து குட்டிகளை ஈனும் இயல்புடைய நாய், பன்றி, பூனை இனங்களில்

முதல் குட்டியின் தலை கருப்பையிலிருந்து வெளிப்படும்போதே, தலையை வளைத்துக் கவ்வி இழுத்துக் கடித்து இரையாக்கிக் கொள்கிறது. அதன் முகத்தைக் கூடப் பார்க்க முடியாத ஒரு வெறியுடன் அதைத் தின்று விடுகிறது. அடுத்த குட்டிகளை ஈனுவதற்கு, அந்த இரையே அவ்விலங்குத் தாயினத்துக்கு தெம்பு தருகிறது. முதல் குட்டியை இவ்வாறு அரக்கத்தனத்துடன் கண் கொண்டு பாராமல் கடித்துத் தின்னும் இயல்பைக் காட்டும் இதே தாய், அடுத்த குட்டிகளை நக்கி நக்கி இதம் தந்து, மடியோடு கால்களை வளைத்து அணைத்துத் தன் வாஞ்சையை வெளிப்படுத்துகிறது.

ஆறறிவு படைத்த மனித இனத் தாய், முறையாக மணந்தவனிடம் அல்லாது தாய்மைப் பேறு பெற்றால், நாய் தன் முதற் குட்டியிடம் காட்டும் கடுமையைக் காட்டுகிறாள். சமுதாய அரண் - தாய்மையின் உன்னத உணர்வுகளை எத்துணை கொடிய அச்சத்துள் வீழ்த்தி விடுகின்றன? கசிவுக்கும் கருணைக்கும் எடுத்துக்காட்டாக விளங்கும் தாய் குருடாகிறாள். அரக்கியாகிறாள். இந்தச் சமுதாய அச்சம், எப்போது, எப்படிப் புகுந்தது. ஆதித் தாயிடம் இருந்ததா?

மகாபாரதத்துக் குந்திதான், இந்த இரு உணர்வுகளில் அக்கோடிக்கும் இக்கோடிக்குமாக அழுத்தப்படும் பரம்பரையின் முன்னோடியாகிறாள். எனவே சுதந்திரமான 'தாய்' தன் தாய்த் தன்மையுடன் ஒருவனுக்கு அடிமைப்பட்டாக வேண்டும். இதுவே சமுதாய நியதியாகி, இவளை எந்த நிலையிலும் பிணித்துக் கொண்டிருக்கிறது.

நியதியை மீறக் கூடாது; மீறினால் இவளுக்குப் பாதுகாப்பளிக்கும் குடும்பம் என்று அமைப்பு இவளை ஒதுக்கித் தள்ளும். இவள் வயிற்றுச் சுமை இவளையும் வாழ வைக்காது; தானும் வாழாது !

எனவே, கல்வி, அறிவாற்றல் இவை எல்லாவற்றையும் விட, ஒரு பெண்ணுக்குத் தளைப்படும் குடும்ப வாழ்வே இன்றியமையாததாக விதிக்கப்பட்டிருக்கிறது.

13

அடிமைச் சந்தையில் எதிர் ஜாமீன்

இரு சகோதரிகள். ஒருத்தி, பற்றாக்குறை வருவாயுடைய இடை நிலைக் குடும்பத்துத் தலைவியாக, மூன்று குழந்தைகளுக்குத் தாயாக, தண்ணீர் தட்டுப்பாடுள்ள ஒண்டுக் குடித்தனத்தில் வாழ்கிறாள். ரேஷன் கடை வரிசை, அதிகாரம் செய்யும் கணவன், இவளையே வறுத்தெடுக்கும் புகுந்த வீட்டு உறவுகள் என்று முளையில் கட்டிய செக்கு மாடாக உழைக்கிறாள். எஞ்சியதைச் சாப்பிடுவதால், ஊட்டமான உணவு கிடையாது.

ஆனாலும் மஞ்சள் குங்கும மங்கல சௌபாக்கியம் இவளுக்கு ஒரே உயிர்ப்பு. மங்கிலியத்தைக் கண்களில் ஒத்திக் கொண்டு, மற்ற வசதிகள், தேவைகளை ஒடுக்கிக் கொள்கிறாள்; புறக்கணிக்கிறாள், தியாகம் செய்கிறாள்.

மற்ற சகோதரி இளமையிலேயே தாலி பாக்கியத்தை இழந்து விட்டவள். இதனால், மேல்நிலைப் பள்ளி, கல்லூரி, ஆசிரியப் பயிற்சி எல்லாம் கிடைத்தன. பள்ளி ஆசிரியை – பொருளியல் சார்ந்தும், சமூகம் சார்ந்தும் மதிக்கப் பெறுகிறாள். வேறு பிக்குப் பிடுங்கல் இல்லை. இந்த ஏற்றங்களில், மங்கலமில்லாக் குறையும் கூடக் கூர்மை இழந்து விடுகிறது. தங்கையின் குழந்தைகள் கூட, பெரியம்மா சாக்லெட் வாங்கித் தருவாள் என்று அண்டி அன்பு காட்டுகின்றன; அவளது கணவனும் கூடத் தன் அதிகாரச் செருக்கை மறந்து, பல்லிளித்து, பெரிய மைத்துனிக்கு நாற்காலியைக் காட்டி உபசரிக்கிறான்.

தங்கைக்கு உள்ளூறக் குமுறலாக இருக்கிறது.

ஒவ்வொரு சமயங்களில், “என்னையும் படிக்க வச்சிருந்தால் படித்திருப்பேன்... இந்தக் கல்யாணம் இல்லையென்று அழுதேனா?....” என்று தோன்றாமல் இல்லை.

குழந்தை மணக் கொடுமைகளுக்கு மாற்றாக, பெண்ணுக்குக் கல்வி, பொருளாதாரச் சுயச்சார்பு என்ற சீர்திருத்தங்கள்

சமுதாயத்தில் கூடின. காலப்போக்கில், பெண் கல்வி என்பது, வாழ்க்கையில் விபத்து நேர்ந்தால் மட்டுமே அனுமதிக்கக் கூடியதென்ற நிலை மாறி விட்டது. இந்நாட்களில் பொருளாதாரத் தேவையை முன்னிட்டுப் பெண் எவ்வகையிலேனும் பொருள் ஈட்டும் தகுதி பெற வேண்டி இருக்கிறது.

பண்டைய நாட்களில் உலகெங்கிலும் நிலவிய அடிமைச் சந்தைமுறை பாரத நாட்டிலும் இருந்ததற்குப் பல கல்வெட்டுகள் சான்றாகக் கிடைத்திருக்கின்றன. அடிமையின் பெயரையும் தகுதியையும் பகிரங்கமாகக் கூறி 'கொள்வாருளரோ, கொள்வாருளரோ' என்று வாங்குபவர்களை அழைப்பார்களாம்.

இத்தகைய அடிமைச் சந்தையில் பெண் அடிமைகள் தாம் அதிகமாக விற்பனைக்கு உரியவர்களாக வருவது வழக்கமாக இருந்ததாகவும் தெரிய வருகிறது.

'கொள்வோம்! கொள்வோம்!' என்று வாங்குபவர் கூவி அறிவிக்க, விலை நிர்ணயம் செய்பவர் குறுக்கிட்டுப் பேரத்தை முடிப்பாராம். இக்காலத் திருமணங்கள் – இவ்வாறான விளம்பரங்கள், இடைத்தரகு, 'பரிவர்த்தனை' பீரோக்கள் ஆகிய நடைமுறைகளில்தான் முடிவாகின்றன. மானுட சமுதாயம் வெறும் ஆடவர்-பெண்டிர் என்ற கூடல் நிலையில் இருந்து, பல்வேறு மாற்றங்களைக் கண்டு திருமண முறைகளிலும் சில ஒழுக்கங்களைப் பாதிக்குமளவு முன்னேறி இருக்கிறது.

தாய், மகன், தகப்பன், மகள், சகோதரன், சகோதரி ஆகிய கலப்புகள் பழக்கமாகியிருந்த நிலையிலிருந்து மெல்ல மெல்ல நாகரிகப் பரிணாமம் பெற்றிருக்கும் மானுடச் சமுதாயம் உலகெங்கிலும் திருமணம், குடும்பம் என்ற நிறுவனங்களை மதித்து வருகிறது. சமுதாயக் கட்டுக்கோப்பான நாகரிக மலர்ச்சியைத் 'திருமணம்' என்ற ஒழுக்கமே நிர்ணயித்திருக்கிறது.

மனுவின் பெயரால் தொகுக்கப்பட்ட நெறிமுறைகளில் எட்டு வகைத் திருமணங்கள் காணப்படுகின்றன. இந்த எட்டு வகைகளும் ஒன்றன் பின் ஒன்றாகத் தோன்றியதாகவோ, ஒன்று மறைந்து மற்றது வழக்கில் வந்ததாகவோ கொள்வதற்கில்லை. மனிதர் அறிவு மலர்ச்சி பெற்ற பின்னும் கூட, அவ்வறிவு பெற்றிராத நிலையில் கடைப்பிடித்த வழக்கங்களாகிய மரபைப் பற்றிக் கொண்டே நூற்றாண்டுகள் பல கடந்து வந்திருக்கின்றனர். எனவே, அந்த எட்டு வகைத் திருமண முறைகளின் பல அம்சங்களும் இருபதாம் நூற்றாண்டின் இறுதியிலும் வழக்கில் உள்ளன.

1. **பிரும்ம விவாகம்** – நாற்பத்தெட்டு ஆண்டுகள் பிரும்மச்சரியம் காத்த பிராமணனுக்கு அதே வகுப்பில் உதித்த பன்னிரண்டாண்டுகளே நிரம்பிய பெண்ணை, இரண்டாம் பூப்பெய்தும் முன் அணிகலன்கள் கொடையாக நீர் வார்த்துக் கொடுக்கும் திருமணம் இது. இந்தத் தம்பதிக்குப் பிறக்கும் மகன் இருபத்தோரு தலைமுறையினரைக் கரையேற்ற வல்லவன்.
2. **தெய்வ விவாகம்** – வேள்வி நடாத்தும் ஆசிரியருக்கு, வேள்வித்தீயின் முன் மகளைத் தாரை வார்த்துக் கொடுப்பதாகும். இந்த மணத்தில் உதிக்கும் புதல்வனால், பதினைந்து தலை முறையினர் ஈடேறுவராம்.
3. **பிரஜாபத்திய விவாகம்** – மணமகன் வீட்டார் கொண்டு வந்து கொடுக்கும் பரிசுப் பொருட்களைப் போல் இரு மடங்கு சேர்த்து பெண்ணுக்குக் கொடுத்து மண முடித்தலே பிரஜாபத்திய முறை. இந்தத் தம்பதி பெறும் மகன் பதின்மூன்று தலைமுறையினரைக் கரையேற்றுவான்.
4. **அர்ஷ முறை** – (வனங்களில் வாழ்ந்த பண்டையை ரிஷி வழக்கு) ஒரு காளை, ஒரு பசு இரண்டையும் பெற்றுக் கொண்டு பெண்ணை மணமகனுக்கு உரியவளாக்கிக் கொடுத்தல். இந்த மணமக்கள் பெறும் சந்ததியினர், ஏழு தலைமுறை மக்களைக் கரையேற்றும் புனிதத்துக்கு உத்தரவாதம் அளிக்கின்றனராம்.

   (மேற்கண்ட நான்கு முறைத் திருமணங்களும் உயர் வகுப்பினராகிய பிராமணருக்கு உரியதாம். இந்த முறைகளில் காளையையும் பசுவையும் பெற்றுக் கொண்டு மகளைத் தாரை வார்த்துக் கொடுப்பது மகளை விற்பதற்குச் சமமாகும் என்று மனுவே கண்டனம் செய்ததான குறிப்பும் இருக்கிறது.)
5. **அசுர முறை** – வில் வித்தை, ஏறு தழுவுதல் போன்ற பராக்கிரமச் செயலால் பெண்ணைப் பரிசமாகப் பெறும் மணம்.
6. **காந்தர்வ முறை** – வயது வந்த ஆணும் வயது வந்த பெண்ணும் ஒருவரை ஒருவர் விரும்பித் தாங்களாகவே மணம் புரிந்து கொள்ளல்.
7. **இராட்சஸ முறை** – பெண்ணுக்குத் தெரிவிக்காமலே ஒருவன் கவர்ந்து சென்று மணக்கலாம். அல்லது பிறருக்கும் மணம் முடிக்கலாம்.
8. **பைசாச முறை** – இது முறையான திருமணமன்று, மண

மகளை விட மூத்தவனையோ, பெண்ணைக் கள்ளுண்ண வைத்த நிலையிலோ, உறக்க நிலையிலோ, விருப்பத்துக்கு மாறாகவோ பலாத்காரமாகப் புணர்ந்து உரியவளாக்கிக் கொள்ளுதல்.

இந்தப் பிந்தைய நான்கு முறைகளும், க்ஷத்திரிய வருணத்தவருக்கு உரியவையாக நெறிப்படுத்தப்பட்டன. ராட்சஸ முறை தவிர்த்த ஏனைய முறைகளும் மூன்றாம், நான்காம் வருணத்தவருக்கு உரியவையாகக் குறிக்கப் பெற்றிருக்கின்றன. இந்நாட்களில், இத்தகைய முறைகள் நூல் பிடித்த கோடாக இல்லை எனினும், இந்த எல்லா முறைத் திருமணங்களின் கூறுகளும் அன்று போல் இன்றைய சமுதாயத்திலும் இருக்கின்றன.

கடத்திச் செல்லுதல், பலாத்காரம் செய்தல் போன்ற விபத்துகளுக்கு ஒரு பெண் ஆளானால், அந்தச் செயலைச் செய்தவனுக்கே அவள் முதல் உரிமை என்றும், வேறு எவருக்கும் அவள் தகாதவள் என்றும் சபிக்கப்பட்ட நிலைக்கே தள்ளப்படுகிறாள்.

பழங்குடிச் சமுதாயங்களில் தாய்வழி மரபு இருந்திருக்கிறது என்று பார்த்திருக்கிறோம். அந்தச் சம்பிரதாயத்தில் பெண், பிறந்த வீட்டை விட்டுப் பெயர்ந்து போக மாட்டாள். மனைவியாக வரித்தவளைத் தேடி கணவன்தான் வருவான். அவள் பெறும் மக்களையும் அவன் தன்னுரிமை பதித்துச் சொந்தமாக்கிக் கொள்ள மாட்டான்.

இந்த மரபு தந்தை வழிச் சம்பிரதாயமாக மாற்றம் பெற்று வந்த நிலையில், மணமகன் சிறிதளவேனும் பொருள் கொடுத்து அவளைத் தன் வீட்டுக்கு உரியவளாகக் கூட்டிச் செல்லும் வழக்கம் வந்தது. பண்டைய நீலகிரிப் படகர் இனத் திருமணங்களில் இந்த வழக்கம் நிலவியிருந்தது. “பொன்னைக் கொடுத்தோம்; பெண்ணைக் கூட்டிச் செல்லுகிறோம்” என்று மணமகன் வீட்டுக்குப் பெண்ணை அழைத்துச் சென்றனர். அவள் அங்கே கருத்தரித்த பின்னரே அவளது குழந்தைக்குத் தகப்பன் அவளுக்குத் தாலி கட்டும் சடங்கு நிகழும். அப்படி அவள் தாயாகும் நிலை ஏற்படவில்லை எனில், அவள் மீண்டும் தாய் வீட்டுக்கே திரும்பி விடுவாள். “பெண்ணைக் கொண்டு விட்டோம்; நாங்கள் கொடுத்த பொன்னைத் தாருங்கள்” என்று திருப்பிப் பெற்று, இன்னொரு பெண்ணைத் தேடிச் செல்வர்.

ஒரு குடும்பத்தில் இருந்து திரும்பி வந்தாலும், வேறு குடும்பத்தினர் பொன் கொண்டு வந்து பெண் கேட்கும் வழக்கம்

உண்டு. இந்த இடைநிலைக் காலத்திலும் கற்புக் கொள்கை பெண்ணைப் பிணித்திருக்கவில்லை.

இந்தப் பொருளை, ஏறக்குறை 'ஜாமீன்' என்ற வகையில் கொள்ளலாம் என்று தோன்றுகிறது.

பெண் பிறந்த வீட்டுக்குரியவள் இல்லை, அவள் கணவன் வீடு செல்வதே 'கல்யாணம்' என்ற சடங்கு முறையாக வேத காலத்தில் தொடங்கி விடுகிறது. இந்த வீட்டு மகள் கணவன் வீடாகிய வேறு வீட்டுக்கு உரியவளாகச் செல்கிறாள் என்ற கனிவோடு, பெற்றோரும் உற்றோரும் உறவினரும் அவளுக்கு அளிக்கும் பரிசில்களே 'சீதனம்' என்ற உரிமைப் பொருளாயிற்று எனலாம். இந்தச் சீதனத்தோடு, பிறந்த வீட்டுச் சொத்தின் உரிமைகள் முற்றிலும் துடைக்கப்படுவதான பெரிய உண்மையும் இதில் பொதிந்து கிடக்கிறது.

தந்தை வழி திரும்பும் மாற்றம், பழைய பாரம்பரியங்களை இன்னமும் தென்னாட்டில் அடியோடு துடைத்து விடவில்லை. ஆண், பெண்ணுக்குப் பரிசம் போடுவதும், தாய் மாமன் பெண்ணிடம் அதிகமான உரிமை பெற்றிருப்பதும் தாய் வழிப் பாரம்பரியத்தின் மிச்ச சொச்சங்கள்தாம்.

ஆனால், 'எதிர் ஜாமீன்' என்ற ஒரு வழக்குச் சொல், தென்னாட்டுச் சமுதாயங்களில், வரதட்சணை என்ற பொருளில் குறிக்கப்படுகிறது. பெண்ணுக்கான சீதனம், அவளுக்கே உரிமையாக அளிக்கப் பெறும் பொருள். அதில் கணவனோ, கணவன் வீட்டாரோ கை வைக்க முடியாது. ஆனால், எதிர் ஜாமீன் – அல்லது வரதட்சணை என்பது, கணவனுக்கே கொடுக்கப்படும் பொருள்.

'ஜாமீன்' போல் அவர்கள் பெண்ணுக்குக் கொடுக்கும் தொகைக்கு மாறாக, பெண் வீட்டாரே அந்தப் பணத்தையும் பெண்ணையும் கொடுப்பதாக இந்தச் சொல் பொருளாகிறது. 'ஜாமீன்' என்ற சொல் உருதுச் சொல்லாகவும் இருக்கிறது.

முகமதியர் நம் நாட்டில் – குறிப்பாகத் தென்னாட்டில் ஆதிக்கம் செலுத்தி வந்த நாட்களில், திருமணமாகாத பெண்களின் சுதந்திரமான நடமாட்டத்துக்கு ஆபத்து விளைவதான அச்சம் ஏற்பட்டிருந்தது. ஏற்கெனவே மேல் வர்க்கங்களில் பெண் வயதுக்கு வரும் முன்பே திருமணம் செய்வது வழக்கில் இருந்தாலும், முகமதியர் வருகைக்குப் பின், ஏறக்குறைய இது எல்லா வர்க்கத்தினரிடையேயும் தீவிரமாக ஆயிற்று எனலாம். 'தாலி' அணியும் வழக்கமும் கூட முகமதியர்

ஆதிக்கம் காரணமாகவே பரவலாக எல்லாக் குடியினரிடை யேயும் பரவியதாக வரலாற்றறிஞர் கருதுகிறார்கள். ஏனெனில், கழுத்தில் தொங்கிய தாலி, ஒரு சிறுமியைப் பார்த்த மாத்திரத்தில் மணமானவள் என்று அறிவித்தது. மணமான பெண்ணை முகமதியப் படையினர் தீண்ட மாட்டார் என்ற அடிப்படையில் தாலி அவளுக்கு ஒரு காப்பாகவே அமைந்தது.

இந்தத் தீவிரம், பெண்ணைப் பெற்றவர்களுக்கு இருந்த அளவில், ஆணைப் பெற்றவர்களுக்கு இல்லை. எனவே, பொன்னும் பொருளும் பரிசமாகக் கொள்வதற்குப் பதிலாக, பெண்ணையும் தானமாகக் கொடுத்து, 'தட்சணை' என்று கூட ஒரு பொதியையும் கொடுக்கும் வழக்கம் வேர் பிடித்தது. 'எதிர் ஜாமீன்' என்ற வழக்குச் சொற்றொடர், இத்தகைய கருத்துகள், ஊகங்களுக்கு ஆதாரமாக விளங்குகிறது. எப்படியானாலும், பெண்ணின் சார்பு நிலை, திருமணத்தால் உறுதிப்படுவதாக ஆயிற்று.

இந்நாளில் வரதட்சணை (எதிர் ஜாமீன்) ஆதித் தாய் மரபுகளின் மிச்ச சொச்சமாக ஒட்டியிருந்த சமுதாயங்களிலும் பெண்ணின் மனித மதிப்பை அடியோடு துடைத்து விட்டது. நுகர் பொருட் சாதனங்களின் தேவைகள், பழங்குடி மரபினரையும் கூட ஆட்கொண்டு விட்டன. பொன் கொடுத்துப் பெண் கேட்டவர்கள், பெண்ணுக்குக் கல்வியும் நாகரிகங்களும் கூடி விட்ட நிலையில், டி.வி., ஃபிரிட்ஜ் போன்ற பல நூறு சாமான்களையும் வரதட்சணையாகக் கோருகிறார்கள். நட்சத்திர விடுதிகளில் திருமணம் என்று நிபந்தனை போடுகிறார்கள். இப்படிப் பெண்ணுக்குச் செய்யாத பெற்றோர் சமுதாய மதிப்பில் தாழ்ந்து போகிறார்கள். கல்வியும் பொருளாதார சுதந்திரமும் கூடிய பெண்ணும் இந்த வரதட்சணைப் பிசாசினால் நெரிக்கப்படுகிறாள். சுதந்திரத் திருநாட்டில், இந்திய சமுதாயத்தைத் தலை குனிய வைக்கும் ஓர் அவலமாகப் பெண்ணின் வாழ்வைக் குடிக்கும் இந்த 'யமன்', தன்னைத் தொலைக்கப் போடப்பட்ட சட்ட திட்டங்களை எல்லாம் ஏய்த்துக் கொண்டு நாளொரு வண்ணமாகக் கொக்கரித்துக் கொண்டிருக்கிறது.

இந்நாளில் இது கர்ப்பத்திலிருக்கும் கருவைப் பெண் என்று இனம் கண்டு அழிக்கவும் தயங்காத பயங்கரப் பரிணாமம் கொண்டிருக்கிறது.

கர்ப்பத்தில் வளரும் பிண்டம், ஆணாக இருக்க வேண்டும்

என்று வேத மந்திரங்கள் தோன்றிய காலத்திலிருந்து, இன்று இந்த இருபதாம் நூற்றாண்டின் இறுதியாண்டுகள் வரை, பெண் மனித மதிப்பை இழக்கத் தொடங்கிச் சறுக்கிச் சறுக்கி, ஒரு சூனியமாய்த் தன் இனத்தைத் தானே அழித்துக் கொள்ளும் அவலத்துக்கு வந்திருக்கிறாள்.

உலகில் மக்கள் பெருக்கத்தினால் கூடிவரும் பிரச்சினை களைப் பெண் சிசுக்களை அழிப்பதால் தவிர்க்கலாம் என்ற 'அருமையான' கருத்துகள், கல்வியறிவு மிகுந்த சில பெண்களிடையே கூட நிலவி வருகிறது!

14

கைப்பற்றும் சாத்திரங்கள்

எட்டு வகைத் திருமண முறைகளைப் பார்க்கும்போது, 'காந்தர்வ மணம்' என்ற ஒன்றில் மட்டுமே பெண்ணும் விரும்பி – ஆணும் விரும்பி என்ற நிலை தெரிகிறது. இதில் மட்டுமே 'பெண்' ஒரு மனித உரிமை பெற்றிருப்பது போல் தெரிகிறது. இன்றைய பத்திரிகை, சினிமா, நாவல், நாடகங்களில் வரும் 'காதல்' என்ற ஒரு மனங்கவரும் அம்சம், அந்தக் 'காந்தருவ மணம்' துஷ்யந்தன் – சகுந்தலை' கதையைத் தொடர்ந்து வந்து கொண்டிருக்கிறது.

திருமணத்துக்குப் பிறகு, கணவனும் மனைவியும் நகமும் சதையுமாக வாழ்ந்தாலும் அது 'காதல்' என்று போற்றப்படுவதில்லை. அதில் கவர்ச்சி இல்லை. திருமணத்துக்கு முன்பாக, ஒரு வயது வந்த பெண்ணும், ஆணும் ஒருவர்பால் மற்றொருவர் ஈர்க்கப்படும் நிலையும், 'திருமணம்' என்ற முத்தாய்ப்பில் அது நிறைவேறும் வரை உள்ள ஒரு பிடிப்பில்லாத தவிப்புக்களுமே புனைகதைகளுக்கெல்லாம் விறுவிறுப்பை ஊட்டுகின்றன. அன்றாட வாழ்வில் நாடகங்கள், சினிமாக்களில் வருவது போல் காதல் வருவது சாத்தியமல்ல. ஆனால், இல்லாததை இருப்பது போல் காட்டுவதுதானே சினிமாக் கலையின் ஆதாரம்?

ஒவ்வொரு பெண்ணின் வாழ்க்கையிலும் தவிர்க்கமுடியாமல், வரும் காட்சி ஒன்று அத்தகைய விறுவிறுப்புக்கு ஏற்ற வகையில் நாடகம், சினிமா, தொலைக்காட்சி வழி வரும் சமூக நாடகங்கள், எல்லாவற்றிலும் இடம் பெறுகிறது. 'பெண் பார்க்கும்' படலம் தான் அது. இந்தக் காட்சி பெண் தொடர்பான முன்னேற்றக் கருத்துக்களைச் சொல்வதற்கு மட்டும் பயன்படுவதில்லை. அதைத் தவிர்த்த செய்திகள் எத்தனை எத்தனையோ?

நாடகங்கள், சினிமாக்களில் அளவு மீறிப் பழகும் காதலர்களைக் காட்டுவார்கள். வயது வந்த பின் பொருளாதார உரிமையும் கூடிய நிலையில், காதலர்கள் ஓடிப் போய்த்

திருமணம் செய்து கொள்ள வேண்டியதுதானே? அது நிகழாது. ஆண் தீவிரம் காட்டுவதெல்லாம் அவளை அனுபவிக்கும் ஒரு 'த்ரில்'லுக்குத்தான். பெண் கட்டுப்பாட்டுக்கு உட்பட்டு முதிர்ந்தவள் அல்லவா? சட்டென்று வேலி தாண்டி விட மாட்டாள். எனவே, திருமணம் என்று நிர்ப்பந்தம் செய்வாள்.

தமிழில் சங்க இலக்கியத் தலைவன்–தலைவியரின் களவு வாழ்க்கையின் இதே போக்குதான் தலைவியைத் தூதனுப்பச் செய்யும். தோழி போய் 'வரைவு கடாவி' திருமணத்தை வலியுறுத்துவாள்.

இருபத்தோராம் நூற்றாண்டை எட்டிய இந்நாட்களிலும் இதே நிலைதான். தன் பெற்றோரைக் காதலர் வீட்டுக்கு அனுப்பப் பாடுபடுகிறாள். உண்மையான சோதனைகள், இடுக்கிப் பிடிகள் பெண்ணைத் தாக்குகின்றன. பிள்ளை வீட்டார் கோரும் வரதட்சணை, சீர்வரிசை, எல்லா நிபந்தனைகளுக்கும் பெண் வீட்டார் தலையசைத்து ஒப்பியாக வேண்டும். ஏனெனில் 'காதல்' என்ற கரும்புள்ளி பெண்ணின் மீது விழுந்திருக்கிறதே? இந்தக் கட்டத்தில் அவன் கயவன் என்று பெற்றோர்களுக்கு உண்மை வெளிப்பட்டாலும் கூட, பெண்ணைப் பின்னுக்கு இழுத்துக் கொள்ள பெரும்பாலான பெற்றோர் துணிவதில்லை. ஏன்? பெண்ணே தன் (கற்பு) குற்ற உணர்வினால், அவனைக் கட்டிக் கொண்டு தியாகம் செய்து திருத்தத்தான் நினைக்கிறாள். இத்தனையும் வந்த பின், அந்தப் பிள்ளையாண்டான் தன் உறவினர் குழாத்துடன் பெண் பார்க்க வரும் நாடகத்தையும் அரங்கேற்றுகிறான். பெண் தன்னைக் காட்சிப் பொருளாக்கிச் செய்யப்படும் பேரத்துக்கு உட்படுகிறாள். 'காதல்', பிள்ளை வீட்டாருக்குத் துருப்புச் சீட்டாகப் பயன்படுகிறது.

"பெண் பார்ப்பதெல்லாம் இனி எதற்கு?" என்று கதைகளில், நாடகங்களில் கூடப் பெண் கேட்பதாக வராது. இந்த ஒரு அம்சம், சாதி மதப் பாகுபாடு இல்லாமல் பொதுமையாக்கப்பட்டிருக்கிறது. ஓட்டலில், பார்ட்டியில், நாகரிக அறிமுகமாகக் கூட இந்தக் காட்சி முடிந்து விடுவதில்லை.

எந்தப் புடவை உடுத்திக் கொள்வது! அலுவலகத்தில் என்ன காரணம் சொல்லி அனுமதி கேட்பது? என்ன டிஃபன் செய்வது? எந்தப் பாட்டைப் பாடுவது என்று ஓராயிரம் கேள்விகள் பெண்ணைச் சார்ந்து மன உளைச்சலைக் கொடுக்கும். வந்தவர்களின் பரிசோதனைகளுக்கு ஆளான பின், அவர்கள் முடிவை ஊருக்குப் போய் எழுதுகிறோம் என்று சொல்லி

விட்டு மறக்காமல் 'பயணச் செலவை' வாங்கிச் செல்லும் கொள்ளையையும் அனுமதிக்கின்றனர். இதெல்லாம் வாணிப ரீதியான நாகரிகப் பரிணாமங்களாக மேவியிருக்கின்றன.

ரிக் வேதப் பாடலில் வரும் மணமகள் சூரியாவை சோமன் 'பெண் பார்க்க' வந்தானா? ரிக் வேதம் காட்டும் மணத்தில் தாலி, குங்குமம் போன்ற சடங்கு கூடத் தெரியவில்லை.

ஆனால், வேத முறைகளைப் பின்பற்றி, தரும சூத்திரங்கள் நெறிப்படுத்தப்பட்ட காலத்தில் பெண்ணின் சார்பு நிலை கட்டாயமாக்கப்பட்டு விட்டதைக் காண முடிகிறது.

ஆச்வலாயன தர்ம சூத்திரம், ஒரு பெண்ணை மண வாழ்வுக்குத் தேர்ந்து கொள்ளச் சில விதிமுறைகளை நெறிப் படுத்துகிறது.

வெவ்வேறு இடங்களிலிருந்து மண் கொண்டு வந்து, தனித் தனி உருண்டைகளாக்கி வைப்பர். பெண் அவற்றில் ஏதேனும் ஒன்றை எடுத்து வரும்படி ஏவப்படுவாள். இந்த உருண்டைகள் ஒவ்வொன்றும் கீழ்க்கண்ட இடங்களி லிருந்து கொண்டு வரப்பட்டவை. 1. இரு போகம் விளையும் வயல் 2. மாட்டுக் கொட்டில் 3. வேள்விச்சாலை 4. வற்றாத ஏரி 5. சூதாடும் இடம் 6. நாற்சந்தி 7. வறண்ட நிலம் 8. சுடுகாடு.

பெண் இரு போகம் விளையும் வயல் மண்ணை எடுத்து வந்தால் அவள் புகும் வீட்டில் தானியங்கள் கொழிக்கும். எனவே அவளைக் கொள்ளலாம். மாட்டுக் கொட்டில் மண்ணைக் கொண்டு வந்தால் கன்றுகாலிகள் செழித்துப் பால் வளம் பெருகும். இந்தப் பெண்ணும் உகந்தவளே. வேள்விச்சாலை மண் அவள் கையில் ஏறினால் அவள் தெய்வ அருள் பெற்றவளாகிறாள். நல்ல பெண்; உத்தமம். வற்றாத ஏரி மண்ணை எடுத்து வந்தாளானால் அவள் தொட்டது துலங்கும், ஏற்கலாம்.

சூதாடும் இடத்து மண்ணை எடுத்து விட்டால், அவளுக்கும் அத்தகைய இயல்பு வருவதாக இருக்கும். எனவே இவள் கொள்வதற்கு உரியவள் இல்லை. நாற்சந்தி மண்ணைக் கொண்டு வருபவள், அலை பாயும் மனதுடையவளாக இருப்பாள். இவளையும் தவிர்க்க வேண்டும். வறண்ட பாலை மண்ணைக் கொண்டு வருபவள் தரித்திரத்தையே கொண்டு வருவாள். எனவே இவள் வேண்டாம். சுடுகாட்டு மண் இப்பெண் கையில் ஏறியிருக்குமானால், அந்தோ இவள் கொண்டவனுக்கு யமனாவாள்! இந்த மண் உருண்டைகள் அவளுடைய மண வாழ்வை நிர்ணயிக்கின்றன. இப்படி, கணவரைத் தேர்ந்தெடுக்க

அவளுக்கு எந்த ஒரு வழியும் இல்லாமல் ஆகிறது. இந்த மண்ணுருண்டைப் பரிசோதனையை அவளும் அவனுக்கு வைக்கலாமா?

சுயம்வரம் என்ற முறைகளிலும் கூட எந்த ஒரு நிபந்தனையும் இல்லாமல் பெண் மாலையிட்ட செய்தி நள தமயந்தி கதையில் தான் வருகிறது.

தேர்ந்தெடுக்கும் உரிமை காலம் காலமாக அவனுக்கே இருந்து வருகிறது. நீர் நிறைந்த குடத்தை இடுப்பிலேற்றிக் கொண்டு வரச் செய்தல், சுண்ணாம்பு கொண்டு வரச் சொல்லல் என்ற பரிசோதனைகள் செய்த வர்க்கம், பாடத் தெரியுமா? ஆடத் தெரியுமா? நன்றாகச் சமைப்பாளா? ஆங்கிலத்தில் பேச வருமா என்றெல்லாம் சோதனைகள் வைத்தன. கறுப்பாக இருக்கக் கூடாது; ஒல்லியாக, உயரமாக, பட்டதாரியாக, அவனை விடப் படிக்காதவளாக, கை நிறையச் சம்பளம் கொண்டு வரும் வங்கி வேலைக்காரியாக, குடும்பப் பாங்கானவளாக, அடக்கமுள்ளவளாக என்ற விதிமுறைகள் இந்நாளிலும் மண மகள் தேர்வுக்குரிய வளையங்களாக இருக்கின்றன.

"திருமணம் என்பது, வெறும் இயல்பூக்க விவகாரம் அன்று. ஆனால், இயல்பூக்கத்தை (instinct) அடிப்படையாகக் கொண்டு நிறுவப் பெற்ற ஓர் ஒழுங்கு முறை. இரு வேறு உள்ளங்களின் ஆளுமையும், ஆற்றல்களும் ஒருவருக்கொருவர் என்று பிணையும் அனுபவங்களில், மகிழ்ச்சியும் காதலும், துன்பமும் உடன்பாடுகளும் துயரங்களும் அடங்கியவை" என்ற, இந்திய தத்துவப் பேரறிஞர் டாக்டர் ராதாகிருஷ்ணன், 'ரிக் வேத காலத்துப் பெண்கள்' என்ற நூலின் முன்னுரையில் குறிப்பிடுகிறார்.

ஆனால், அக்காலத்திலும் இக்காலத்திலும், திருமணம் என்பது ஆணுக்கு எல்லா வசதிகளையும் கொடுக்கக் கூடிய 'குடும்பம்' என்ற நிறுவனத்தின் துவக்க வாயிலாகவே இருந்து வருகிறது. அவனுக்கு எல்லா வசதிகளையும் கொடுத்து, 'அவன் வம்சம் விளங்க ஆண் மக்களைப் பெற்றுத் தருவதற்கு ஒரு பெண்ணை அவன் தன் ஆளுகைக்குள் கொண்டு வரும் 'மகுடாபிஷேக'ச் சடங்குதான் திருமணம்.

பெண்ணின் அறிவைக் காட்டிலும், அவள் உடலமைப்பும், மென்மையான குணங்களுமே வேண்டப்பட்டன. தரும சூத்திர நெறிகளில், பிறிதொரு இடத்தில், "நன்னடத்தையும் அளவான அவயவங்களின் இசைவும், மென்மையான கூந்தலின் இரு சுருண்ட பிரிகள் வலப்புறக் கழுத்தில் நீண்டிருக்கும்படியான

பெண்ணின் கையைப் பற்றும் ஆணுக்கு அவளால் மகிழ்ச்சி உண்டு. மணமகன் மணமகளின் கையைப் பற்றும்போது, அவளுடைய கட்டை விரலைத் தன் பிடிக்குள் வைத்துக் கொள்ளும்படி பற்ற வேண்டும். ஆறு ஆண் மக்களை இவள் பெற்றுத் தருவாள்" என்றும் சொல்லப்படுகிறது.

இந்த நெறிகளுக்கு என்ன ஆதாரம்? ஏன் இப்படி விதிக்கப்பட்டன என்று அறிவுப்பூர்வமான ஆய்வு ஏதும் செய்யப்பட்டிருக்கிறதா? அபூர்வமாக இந்த நெறிகளை ஆய்வு செய்தவருளர். ஆனால், அவ்வாய்வுகள் பெண் மக்களை ஒடுக்கும் சாத்திரங்களைத் தகர்க்கக் கூடியவை. எனவே அவை வெளிச்சத்துக்கு வரவேயில்லை.

பண்டித விஸ்வநாத் காசிநாத ராஜ்வாடே என்ற மராத்திய ஆய்வாள அறிஞர், 'பாரதியத் திருமண முறைகளின் வரலாறு' என்ற நூலில், இந்தத் தரும சூத்திரக் கோட்பாட்டைப் பற்றிக் குறிப்பிடுகிறார். ஆச்வலாயன தரும சூத்திரத்தில் காணப்படும் இந்த விதிகள் மணமகளின் கையைப் பற்றும்போது, ஆண் சந்ததி கோருபவர், பெண்ணின் கட்டை விரலை மட்டுமே தன் பிடிக்குள் பற்ற வேண்டும்; ஏனைய விரல்களை மட்டும் பற்றுபவருக்குப் பெண் குழந்தைகள் பிறக்கும்; எல்லா விரல்களையும் சேர்த்துப் பிடிக்கும் மணமகனுக்கு ஆண்-பெண் இரண்டு மக்களுமே தோன்றுவார்கள் என்பனவாம்.

இந்த விதிகளின் ஆதாரம், மிகப் பழைய, கானக வாழ் சமுதாய மனிதரின் வழக்கில் நிலை கொண்டதாகும். தாயாண்மைக் குடியினரும், தந்தையாண் குடியினரும் வாழ்ந்த காலத்தில் அவர்கள் ஒருவருக்கொருவர் திருமண சம்பந்தம் கொண்டனர். தந்தையாண் குடியில் பிறந்த மணமகன், மணமகளைக் கட்டை விரலைப் பற்றிக் கொண்டு வந்தான்

தாயாண் குடியில் பிறந்த மணமகன், மணமகளின் விரல்களைப் பற்றிக் கொண்டு வந்தான். மூன்றாவதாக, ஆணும் பெண்ணும் சமமாக நினைத்த குடியினர், மணமகளின் கைப்பிடிப்பதில் எந்த முக்கியத்துவமும் காட்டாமல், சேர்த்தே பிடித்தனர். இந்த வழக்கத்தை ஒரு விதியாக்கி, அதில் பெண்ணை ஒடுக்கக்கூடிய நுட்பமான 'சூத்திரம்' ஒன்றையும் ஆணாதிக்க நியாயம் கற்பித்து விட்டது. பெண் பார்த்தல், திருமணம், ஆண் சந்ததி, கற்பு ஆகிய அம்சங்கள் இன்றும் இந்திய சமுதாயத்தில் எந்த மறுமலர்ச்சியும் காண இயலாதபடி ஆழ்ந்து வேரோடிக் கிடக்கின்றன.

15

கீதை ஒளியில் பெண் (அ)தருமம்

இந்திய ஆன்மீகத் தத்துவம் என்றால் அனைவருக்கும் நினைவில் வரும் நூல் ஒன்றே. அதுதான் பகவத் கீதை. போர்க்களத்தின் ஆரவாரச் சூழலில், 'போர் புரிய மாட்டேன்' என்ற பலவீனம் கொண்டு காண்டீவத்தைக் கீழே போட்ட அர்ச்சுனனுக்கு, கண்ணன் 'உபதேசம்' செய்ய வேண்டிய அவசியம் ஏற்பட்டது.

அந்தப் போர்க் கள உரை இன்றளவும் இந்துக்களின் தெய்வீக வேத நூலாக, சத்தியப் பிரமாணமாகத் திகழ்ந்து கொண்டிருக்கிறது. இந்தப் போர்க் கள உபதேசத்துக்குக் காலம் காலமாக பல வேத விற்பன்னர்கள், தத்துவ அறிஞர்கள், புதிய சித்தாந்தங்களை வகுத்தவர்கள் தத்தம் நோக்கில் உரைகள் எழுதியுள்ளனர். உலகெங்கிலுமிருந்து இந்திய நாட்டுக்கு வந்த எல்லா அறிவாளரையும் சான்றோரையும் இந்நூல் கவர்ந்திழுக்கிறது. உலகம் முழுவதும் உள்ள பல மொழிகளில் ஆக்கப் பெற்ற இந்த நூல், இந்துக்கள் சத்தியப் பிரமாணம் எடுத்துக் கொள்வதற்குரிய உயர்ந்த நூலாக விளங்குகிறது.

இந்த நூலில், கண்ணனின் உரைக்குத் தோற்றுவாய் என்று கருதும் முதல் அத்தியாயத்தைப் படிக்கையில் ஒரு பெரிய உண்மை புலப்படுகிறது.

அர்ச்சுனன் எதிர்த் தரப்பில் தன் சுற்றத்தாரையும் வணங்கு தற்குரிய சான்றோரையும் ஆசாரியரையும் காண்கிறான். போர் செய்வதனால் ஏற்படக்கூடிய பேரிழப்பை அவன் மனக் கண்ணில் கண்டு உணருகிறான்.

அப்படி ஏற்படக்கூடிய பேரிழப்பு எது?

'குல நாசம்' என்று அறிவுறுத்தப்படுகிறது. பேராசையினால் கவரப்பட்டு, திருதராஷ்டிரனின் மக்கள் குல நாசம் விளைவிக்கும் பாவத்தைச் செய்ய முன் வந்திருக்கின்றனர். ஆனால் அந்தக் கேட்டை நன்கு உணர்ந்த நாம் இந்தப் பாவத்துக்கு

உடன்படலாமா? ஆதலால் பின் வாங்குவதை ஏன் கருதக்கூடாது? குலம் அழிந்தால் குல தருமங்களும் அழியும். தருமங்கள் அழிந்தால் அதர்மம் பெருகி முழு நாசம் விளையும். அதர்மம் என்பதுதான் யாது?

கணவர் இறந்த பின் குலப்பெண்கள் மாற்றானைச் சேரும் நிலை வந்தடையும். இவர்கள் மாற்றரைச் சாரும் நிர்ப்பந்தம் வரும்போது வர்ணக் குழப்பம் நேரிடும். சாதி தருமங்கள் கெடும்; அதனால், அக்குலத்தோரும், அதனை அழிப்போரும் நரகத்தில் வீழ்வார்கள். ஏனெனில் வருணக் குழப்பத்தினால் "பித்ருக்களுக்குப் பிண்டமும் நீரும் அளிப்பதற்குரியவர் இல்லாமல் போகின்றனர்" என்றெல்லாம் அர்ச்சுனன் தான் போர் புரிவதால் ஏற்படக்கூடிய நிலையை விளக்குகிறான். அவன் நோக்கில், குல நாசத்தைப் பொருட்படுத்தாத பாதகர்களான துரியோதனக் கூட்டத்தாருடன் போரிடுவதால் தானும் அதே பாவத்தைச் செய்வதாகக் கருதுகிறான். இந்தச் செயலை, "அந்தோ கொடிய பாவம்" என்றும் குறிப்பிடுகிறான்.

பெண்கள், குலம்-ஜாதி, வருணம் ஆகிய பிரிவுகளை அப்படியே தூய்மையாகக் காப்பதற்குரிய முக்கிய கருவிகளாகக் கருதப்பட்டனர் என்ற உண்மை இதனால் விளங்குகிறது.

ஆரியர் தம் இனத்தைத் தூய்மையாக வைத்துக் கொள்வதில் குறியாக இருந்தனர் என்று சொல்வது முற்றிலும் பொருந்தவில்லை. அவர்கள் வெவ்வேறு இனக் குழுவினருடன் சம்பந்தம் செய்து கொண்டனர். தம் எண்ணிக்கையைப் பெருக்கிக் கொள்ள வேற்று இனக் குழுவினரின் அடிமைப் பெண்களுடனும் தொடர்பு கொண்டனர். கலப்பு வந்து சேர்ந்ததன் பயனாகவே இந்தியத் துணைக் கண்டம் முழுவதும் இந்திய இனம் என்று சொல்லத்தக்க ஒரு சமுதாயம் வலிமை பெற்றது. ஆனால், நால்வகை வருணங்கள் ஆழ்ந்து சமுதாயத்தைக் கூறு போட்ட காலத்திலிருந்தே, மேல் வருணத்தார் தங்கள் வருணங்களைக் கலப்பின்றி வைத்திருப்பதில் அதிகக் கவனம் செலுத்தினார்கள். இந்தக் காரணத்தினால்தான் உயர் வருணங்களில் பிறந்த பெண்கள் மிக அதிகமாக அடக்கி ஒடுக்கப்பட்டனர். அதற்குரிய கருத்தியல் கோட்பாடுகள் அவர்கள் வாழ்க்கையை ஆழ்ந்து, பாதித்து முடமாக்கின என்றே சொல்லலாம்.

பகவத் கீதையில் நம் கருத்தைக் கவர்ந்து பிணிக்கும் இன்னும் சில கூறுகளும் பெண்களின் நிலையைத் தெளிவாக்குகின்றன. ஸத்வம், ராஜஸம், தாமஸம் ஆகிய முக்குணங்களின்

அடிப்படையில் நான்கு வருணங்களைப் படைத்ததாகக் கண்ணன் கூறுகிறான் (அத். 4). அவரவர் தமக்குரிய தருமத்தின் படி ஒழுகுவதே மேலாம் என்றும் அறிவுறுத்துகிறான் (அத். 3).

மேலே குறிக்கப்பட்ட முக்குணங்களின் இயல்பில் வருணங்கள் பிரிவுபடுத்தப்படுகின்றன.

1. ஸத்வ குணமுடையவன் மேலாம் அறிவையும் ஞானத்தையும் வேட்கும் இயல்புடையவன். சாந்தம், மென்மை, தூய்மை, தியாகம் இவற்றாலே எய்தக்கூடிய மேலாம் ஞான ஒளியையே உண்மை என்று வாழ்பவன். இவன் சாத்வீகமான, நலம் பொருந்திய எளிய உணவை, மிதமாக உண்பவன். இவனே பிராமணன் என்று கருதக்கூடிய மேலாம் வருணத்துக்குரியவன்.
2. ராஜஸ குணம், ஆசை, கோபம், வீரம் ஆகிய இயல்புகளுக்கு உரியதாகும். தோள்வலி கொண்ட இவன், உடலால் அனுபவிக்கக்கூடிய இன்பங்களை வேட்கும் இயல்பினன். காரம், உப்பு, உவர்ப்பு என்ற உஷ்ண சக்திக்குரிய உணவுகளை விரும்பி உண்பான். இவனே க்ஷத்திரியன் எனப்படும் இரண்டாம் வருணத்தினன்.
3. தாமஸ குணம், மந்த புத்தி, சோம்பல், செயலின்மை ஆகிய இயல்புகளுக்கு உரியதாகும். இந்த குணத்துக்குரியவன் தன் முயற்சியின்றி, பழைய மிச்ச உணவு, ஊசியது போன்ற உணவைக்கூட விரும்பி ஏற்றுக் கொள்கிறான். இவன் 'சூத்திரன்' என்ற கடைசி வகுப்புக்கு உரியவனாகிறான் (அத்.17).

அந்தந்த வருணத்தவருக்குரிய கருமங்கள் கடைசி அத்தியாயத்தில் குறிக்கப்படுகின்றன. அவரவர் இயல்புக்கேற்ற கருமங்களைச் செய்வதாலேயே, தொழில்கள் வருணங்களைச் சார்ந்தவையாகப் பிரிக்கப்படுகின்றன.

அவ்வாறு வருகையில் கடைசி வருணத்தாருக்கு, மற்றவர் இட்ட பணிகளைச் செய்து அவர்களை அண்டிப் பிழைப்பது உரிய கருமமாகிறது, தருமமாகிறது (அத். 18).

பார்க்கப் போனால், முக்குண இயல்புகள் ஒரு மனிதனுக்குப் பாரம்பரியம், சூழல் ஆகியவற்றால் நிர்ணயிக்கப்படுகின்றன. அடிமையின் மகன் அடிமை என்ற பாரம்பரியத்தை 'ஸ்வதர்மம்' என்ற கோட்பாடு மீறாமலிருக்க வகை செய்கிறது.

ஒரே மனிதனுக்கு இயல்பில் முக்குணங்களும் அமைந்திருக்கின்றன. மேலான உயர் குணத்தை நோக்கி மனிதர் ஏற்றம்

பெற முயலுவதே மனித வாழ்வின் மேன்மையும் சமுதாய வளர்ச்சியுமாக இருக்க முடியும். ஆனால், இந்தப் போர்க்கள உரை, கடை மனிதருக்கு என்ன நியாயம் சொல்கிறதென்று புரியவில்லை. இந்தக் குணத்தினால் இந்த உணவை உண்பான், இப்படி இயங்குவான், இந்தத் தொழில் அவனுக்குரியது; அது அதர்மம், இதை மீறுவது சரியல்ல என்றால் அதற்கு என்ன பொருள்?

ஸத்வ குணம் ஓங்கியிருக்கும்போது மரணமடைபவன் ஆயின், அவன் ஞானவான்களின் நல்லுலகை அடைகிறான். ரஜோ குணத்தில் காலமாகிறவன், செயலூக்கம் உடையவர்களுக்கிடையே பிறக்கிறான். தாமஸ குணத்தில் ஊன்றி விழிப்பெய்தாமலே மரணம் எய்துகிறவர்கள் அறிவிலிகளின் கர்ப்பத்தில் பிறக்கின்றனர் (அத். 14).

அவரவர் அவரவருடைய தருமத்தை, கருமத்தைக் கடைப்பிடிப்பதே நியாயம் என்று அறிவித்துவிட்டு, மூட யோனிகளில் தாமஸ குணமுடையவர்கள் பிறக்கின்றனர் என்றால் என்ன பொருள்? அடிமைப்பணி செய்துகொண்டு எஞ்சிய உணவைப் புசிக்கவே ஜீவ மரணப் போராட்டம் நிகழ்த்துபவன் விழிப்பையே எய்தக்கூடாது என்றுதானே ஆகிறது? இந்த அனைத்துப் பாகுபாடுகளும் மனிதர் என்ற பொதுக் கருத்தை வைத்துப் பேசப்படுகிறதா?

இல்லை.

இந்த மனிதருள் பெண் இடம்பெறுகிறவளல்ல. இவள் ஏற்கெனவே அடிமையாகித் தீர்ந்தவள்.

ஒன்பதாம் அத்தியாயத்தில் இது தெளிவாகிறது.

"பார்த்தா! கீழான பிறவிகளாக இருக்கும் பெண்கள் (பாவ யோனிகளில் ஜனித்தவர்களாகிய ஸ்த்ரீகள்) மற்றும் வைசியர்கள், சூத்திரர்கள் ஆகியோரும் என்னைச் சார்ந்த பின் பரகதி அடைகின்றனர்" என்று கூறுகிறான் கண்ணன்.

அவனுடைய பெருங்கருணை மகிமைப்படுத்தப்படும் இந்த சுலோகத்தில் பெண்ணின் நிலையும், கடை வருணத்தாரின் நிலையும் துல்லியமாகக் குறிக்கப்படுகிறது.

'பெண்' என்று வரும்போது மொத்தமாகவே அவள் பாப யோனியில் பிறந்தவளாகப் பேசப்படுகிறாள். அவளுக்கென்று முக்குணப் பாகுபாடு, தனித் தொழில் இயல்பு எதுவும் கிடையாது. அர்ச்சுனனால் தெளிவாக்கப்படும் உண்மை நிலை, அவள் இன விருத்திக்கு உரிய ஒரு கருவி என்பதேயாம்.

இதனால் அவள் சுதந்திரம் கட்டுப்படுத்தப்படுகிறது. அறிவு, சிந்திக்கும் ஆற்றல், தன்னுணர்வு எல்லாம் கற்பென்னும் ஒழுக்கத்தில் பறிக்கப்படுகின்றன.

இவளுடைய சுய தர்மம்தான் யாது?

வருண ஒழுக்கப்படி பதி சேவை செய்து, ஆண் மக்களைப் பெருக்கி கணவனுக்கு முன் உயிர் துறத்தலேயாம்.

கலப்புகள் நிகழாமலிருக்க இவளது அறிவுக்கண்களை இப்படிக் கட்டிப் போட்டாலும், காற்றையும் கதிரொளியையும் ஒத்த இயல்பான ஆற்றல்களையும் வேகங்களையும் முழுவதுமாகப் பிணிக்க முடிவதில்லை. இதன் விளைவே, இன்றும் ஓர் உயர் வருண நங்கை, தாழ்ந்த சாதிக்காரனுடன் மணவாழ்க்கை நடத்தக் கட்டு மீறிச் செல்கிறாள்.

இத்தகைய கலப்புகளால் விளைந்த பிளவுகளே, பல்வேறு சாதிகளும், பஞ்சமர் என்று வருணங்களில் சேராத தாழ்ந்தவர்களும் என்றும் ஊகிக்க முடிகிறது.

16

வருணக்கலப்பு—சாதிக்கனிகள்

மனு ஸம்ஹிதை என்ற தொகுப்பைக் குறித்து எழுதும் சிறந்த ஆராய்ச்சி அறிஞரான திருமதி சகுந்தலா ராவ் சாஸ்திரி, இந்தத் தொகுப்பு, ஆதியில் தோன்றிய வேத-தர்ம சூத்திரங்களுக்கும் மனுதர்மம் என்ற பெயரில் தோற்றுவிக்கப்பட்ட விதிகளுக்கும் இடையே 'மனு' என்ற பெயரில் பலரால் பல திருத்தங்களுடன் தோற்றுவிக்கப்பட்ட ஒரு விதிமுறைத் தொகுப்பு என்கிறார். பெண்ணின் உரிமைகளுக்கும், திருமணம் என்ற மிக முக்கியமான சமூக வழக்கங்களைச் சார்ந்து, பெண்ணின் மதிப்பை வலியுறுத்தும் பல சட்ட நெறிகளுக்கும் ஆதியில் மனு என்ற பெயருடையவர் பொறுப்பானவராகக் கருதப்படுகிறார். (மனு என்றால் 'மனிதர்' என்ற பொருள் கொண்டால், மனு தர்மம் என்பது பொதுவாக மனிதருக்குரிய தர்ம சாஸ்திரம் என்று கொள்ளலாம்).

எனவே, மனுவின் பெயரிலேயே முன்னுக்குப் பின் முரணான சட்ட நெறிகள் வலியுறுத்தப்பட்டிருக்கின்றன. கணவன் ஐந்தாண்டுகள் பிரிந்து சென்றாலே கணவன் என்ற உரிமையை இழந்து விடுகிறான். மனைவி மறுமணம் செய்து கொள்ளலாம் என்பதும் 'மனு' எழுதி வைத்த தரும சாஸ்திர உரிமையாகக் காணப்படுகிறது.

ஆனால், நாம் காணும் இன்றைய மனு தர்மத்தில், பெண் ஒரு பூச்சியாக நசுக்கப்பட்டிருக்கிறாள்.

தந்தையாதிக்கம் ஒரு குடும்பத்தில் ஓங்கியிருப்பதையே சமுதாயம் ஒத்துக் கொள்கிறது. பெண்ணும் குனிந்து வளைந்து அதை ஏற்கிறாள். எனவே, வருண பேதங்கள் சமுதாயத்தில் ஆழ்ந்து இருந்தாலும், மீறிக் கலப்புகள் நேர்ந்தபோது பல்வேறு பிரிவுகள் தோன்றின.

இந்தக் கலப்பு மணங்கள் இரு பிரிவுகளாகப் பிரிக்கப்பட்டன. தந்தை உயர் வருணத்தினனாகவும், தாய் தாழ்ந்த வருணத்திற்கு

உட்பட்டவளாகவும் இருந்தால் மோசமில்லை. அது அனு லோமம். அதாவது, தலைமுடியைப் படிய அதன் போக்கில் வாருவதற்கொப்பானது. உயர் வருணத் தந்தை குடும்பத்தில் ஆதிக்கம் செலுத்துவது குந்தகமாகாது. அவன் இணைத்துக் கொண்ட தாழ்ந்த வருணப் பெண்ணை ஏழு தலைமுறைகளுக்குப் பிறகு தந்தை வருணத்தில் ஏற்றுக் கொள்ள முடியும். சந்ததியினர் ஏற்றம் பெறுவார்கள்.

இவ்வாறு அனுலோம முறைப்படி பிரிவுக்குள்ளாக்கப் பெறும் வகுப்புகளை மனு ஸ்ம்ருதி விளக்குகிறது.

அனுலோமம்

தந்தை	தாய்	கலப்பினால் வந்த பிரிவு
பிராமணர்	க்ஷத்திரியர்	முர்த்த வஸிக்த
பிராமணர்	வைசியர்	அம்பாஷ்ட
பிராமணர்	சூத்திரர்	நிஷாத
க்ஷத்திரியர்	வைசியர்	மஹிஷ்யா
க்ஷத்திரியர்	சூத்திரர்	உர்கா
வைசியர்	சூத்திரர்	கரன

இந்த ஆறு பிரிவுகளில் உயர்ந்த வருணத்துத் தந்தைக்கும் கடைசி வருணத்துத் தாய்க்கும் பிறந்த மக்களின் சாதியை நம்மால் இனம் காண முடிகிறது. 'நிஷாத' என்ற சொல், காடுகளில் வேட்டையாடித் திரிந்த இனத்தைக் குறிக்கிறது. அந்த இனத்தார், நெருப்பு கொடுப்போர் இல்லாமல் நாட்டிலிருந்தே விலகிக் காட்டில் வாழ நேர்ந்திருக்கலாம். அதாவது தாழ்ந்த குலப்பெண் தன் மக்களைக் காட்டில் விட்டு வரும்படியான நிர்பந்தத்துக்கு ஆளாகி இருக்கலாம். தந்தை உயர்வு சொல்லும் ஏனைய கலப்பினருக்கு உ பநயன உரிமை மறுக்கப்படவில்லை. ஆனால் நிஷாதருக்கு அவ்வுரிமை இல்லை.

பிரதிலோமம் என்ற முறையில் தாய் உயர் வருணத்தவளாக இருப்பாள். (முடியைப் படிய வாராமல் எதிர்நோக்கி வாரும் முறை) இந்த முறையில் தாழ்ந்த குல ஆண் உயர் வருணப் பெண்ணால் ஏற்றம் பெறமாட்டான். இது மக்களை உய்வில்லாத வீழ்ச்சிக்குக் கொண்டு செல்லும் கலப்பு.

இத்தகைய கலப்புகளில் பிறவி எடுத்த மக்கள் சமுதாயத்தில்தான், அவ்வருணத்தினர், பஞ்சமர் என்று குறிக்கப்படும் தாழ்த்தப்பட்ட இனம் தோன்றியது என்றும் கொள்ளலாம்.

பிரதிலோமம்

தந்தை	தாய்	கலப்பினால் வந்த பிரிவு
பிராமணர்	சூத்திரர்	சண்டாளர்பி
பிராமணர்	வைசியர்	ஸூதர் (தச்சு வேலை செய்பவர்)
பிராமணர்	க்ஷத்திரியர்	மாகத
க்ஷத்திரியர்	சூத்திரர்	க்ஷத்தர் (மிருகங்களைக் கொன்று புசிப்பவர்)
க்ஷத்திரியர்	வைசியர்	வைதேஹர்
வைசியர்	சூத்திரர்	அயோகவர்

இந்தவரையறைக்குஉட்பட்டவர்களில்பிராமணத்தாய்க்கும் சூத்திரத் தந்தைக்கும் பிறந்த இனம் மிகவும் தாழ்ந்த இனமாக இன்றளவும் இனம் கண்டு கொள்ளுமளவுக்கு அவருணர்களாகத் தீண்டாமை பாலிக்கக்கூடியவர்களாக வீழ்ச்சியுற்றிருக்கிறார்கள். அதாவது, ஒரு பிராமணப் பெண், வரையறை மீறி நான்காம் வருணத்தவரைச் சேர்ந்த குற்றம் ஒரு சபிக்கப்பட்ட பரம்பரையாக இன்னும் தொடர்ந்து கொண்டு வருகிறது.

நான்காம் வருணத்தவராகிய சூத்திரர் ‘பாரதர்’ என்ற இனக்குழுவில் தோன்றிய அதாஸ் என்ற க்ஷத்திரிய வம்ச மன்னனின் சந்ததியராக இருக்கலாம் என்று டாக்டர் அம்பேத்கர், தம் ஆய்வு நூலாகிய ‘சூத்திரர் யாவர்?’ என்ற நூலில் கருத்துரைக்கிறார்.

இந்த இனத்தினர் அரச பதவிகளில் ஏறியதும், முதல் வருணத்தினரை இழிவுபடுத்தி துன்பங்களுக்கு ஆளாக்கியதன் காரணமாக அவர்கள் இவர்களுக்கு உபநயனம் செய்ய மறுத்துப் பழி வாங்கியதாலேயே, நான்காம் வருணம் என்ற ஊழிய வருணம் (சூத்திர வருணம்) தோன்றியது என்பார். இவர்கள் மேலாம் உரிமையில் இருந்து அடிநிலைக்குத் தள்ளப்பட்டதால், பிறவருணத்தவரைக்காட்டிலும்,இவர்களுக்கும்பிராமணருக்கும் இடையேயுள்ள பகையும் வன்மமும் மிக அதிகமாக இருந்தன.

இதனாலேயே, ஒரு பிராமணப் பெண், இந்தக் கடைசி வருணத்தானை மணப்பது மிகக் கொடூரமாகத் தடுக்கப்பட்டிருக்கிறது. இன்றளவும் சாத்திர சம்பிரதாயங்கள் உயர் வருணப் பெண்களுக்கு மிக அதிகமான கேட்டை விளைவித்திருக்கின்றன.

கல்வி, மேம்பாட்டு உரிமை ஆகிய மனித உரிமைகளையே பறிக்கும் ஒரு கலாசாரத்துக்குப் பெண்களைப் பூச்சிகளாக்கித்

தீர்த்த இந்த மேலாம் வருண சநாதனம், அந்நியர் வந்து நாட்டை ஆக்கிரமித்தபோது அவளைப் பாதுகாத்ததா?

வரலாற்று ஏடுகளைப் பின்னோக்கித் திருப்ப வேண்டும். ஏழாம் நூற்றாண்டில் அராபிய வர்த்தகர்கள் பாரத நாட்டை நோக்கி வரத் தொடங்கினார்கள். எட்டாம் நூற்றாண்டில் சிந்துப் பிரதேசம் அவர்கள் வசமாயிற்று. வர்த்தகர்கள், முகமதிய ஆக்கிரமிப்பாளராக இந்துகுஷ் கணவாய் வழியே இந்நாட்டுக்குள் அடி வைத்தனர். இக்காலங்களில் இங்கு பெண்களே படையினரின் ஆக்கிரமிப்புக்கு முதலில் இலக்காயினர்.

பெண், அந்நிய வித்துக்குக் கட்டாயமாகத் தன் கருப்பையில் இடமளிக்க வேண்டிய கொடுமைக்காளானதும், அக்கால சாத்திர விதியாளரிடையே இது பிரச்சினையாயிற்று. அவளுக்குச் சில சுத்தி பரிகாரச் சடங்குகளைச் செய்து கருப்பத்தை ஏற்றுக் கொள்ளலாம் என்று ஸ்ம்ருதியில் இடம் அளித்தார்கள்.

ஆனால், இது இங்கொன்றும் அங்கொன்றுமாக இல்லாமல் நூற்றுக்கணக்கில் பரவலாக ஏற்படத் தொடங்கியதும் சாத்திர நெறியாளரை அச்சம் பீடித்தது. அத்துணை அந்நிய வித்துக்களும் இவர்களுடைய சமுதாயத்தில் உரிமை பெறுமானால் என்ன விளையுமோ?

எனவே, வித்துக்கு இடமளித்த நிலத்தையே உதாசீனம் செய்துவிட முடிவு கட்டினார்கள்.

கணவனே தெய்வம், இந்த சம்பிரதாய நிழலே தனக்குப் பாதுகாப்பு என்று கண்களை மூடிக்கொண்டு பற்றிக்கொண்டிருந்த பெண்கள், அந்நியரால் குலைக்கப்பட்டதும் நடுத்தெருவில் வந்து வீழ்ந்தனர். எந்தக் கொடிமரமும் கொழுகொம்பும் அவர்களை வாரி எடுத்துப் பரிவு காட்டி இதம் செய்யவில்லை. முகமதிய ஆட்சியாளரிடம் காமக் கிழத்திகளாகவும், பணிப்பெண்டிராகவும் அதற்கும் இடமில்லாத வகையில் சக்கையாகத் துப்பப் பெற்ற நிலையிலும் வீழ்ச்சியுற்றனர்.

இளமையில் தந்தை பாதுகாப்பான்; குமரிப் பருவம் வந்ததும் கணவன் பாதுகாத்துப் போற்றுவான்; முதுமையில் மைந்தன் இவள் காப்பாளனாக ஆதரிப்பான் என்றிருந்த விதி செத்துப் போயிற்று.

காப்பாளராக இருந்தவர்கள் கால்களால் உதைத்துவிட்டுக் கைகளை மடக்கிக் கொண்டனர்.

‘பாலனம்’ என்ற பொறுப்பை அழித்துவிட்டு, விதிகளை

மாற்றிக் கொண்டனர். பெண் இளமையில் தந்தையின் அதிகாரத்திலும், குமரிப் பருவத்தில் கணவனுக்கு அடங்கியும், முதுமையில் மைந்தனுக்குக் கட்டுப்பட்டும் இருக்க வேண்டியவள். பெண்ணுக்குச் சுதந்திரம் பெறத் தகுதியில்லை என்று புதிய விதி எழுதப்பட்டது போலும்!

ஐந்து கணவர்களும் கைவிட்டதும் பாஞ்சாலி 'கண்ணா' என்று கூவி அழைத்தாள். புதிது புதிதாய், வண்ண வண்ணங்களாய்க் காவியத்தில் சேலை வளர்ந்தது. ஆனால், அந்நாட்களில் நடுத்தெருவில் தள்ளப்பட்ட அபலைகளுக்கு அப்படிக் கூவக் கூடக் குரல் கிடையாதே? எனவே, சாவதைத் தவிர வேறு வழியில்லை என்றாயிற்று. வரலாற்றுக் கால 'ஸதி' வழக்கில் வந்தது. அரச குலப் பெண்களே எரி வளர்த்துக் கொத்துக் கொத்தாக அதில் புகுந்தார்கள்.

17

சதி புராணம்

பாரதப் பெண் பெரும் புகழ் பெறுகிறாள்; நாட்டின் பண்பையும் பெருமையையும் காலம் காலமாக உலக அரங்கில் தூக்கிப் பிடிக்கிறாள். எப்படி?

வேத காலத்து முத்கலானியைப் போல் போர் புரியும் வீராங்கனையாக இருப்பதன் மூலமாகவா?

தாய்நாட்டின் மானம் காக்க அந்நியனின் ஆதிக்க வலிமையை எதிர்த்து ஜான்சி ராணி போல் போராடும் திறமையினாலா?

எழுத்தறிவு இல்லாப் பெரும்பான்மை ஜனநாயக நாட்டில், மக்கள் ஆதரவைப் பெற்ற, ஒரே பெண் என்று ஆட்சி பீடத்தைப் பிடிப்பதனாலா?

இல்லை. அவள் கணவன் இறந்ததும் உடன்கட்டை ஏறியோ ஏற்றப்பட்டோ சதியாக வேண்டும்.

இராஜஸ்தானத்து மல்லர்-நாட்டின் கொடியை, மானத்தைக் காக்கும் வீரர் என்று பாரதி பாடினார். ஆனால், வண்ணமிகு அரசர் புகழ் இராஜஸ்தானம், இன்றும் இந்த இருபதாம் நூற்றாண்டின் இறுதிக்காலத்திலும் 'ரூப்கன்வர்' போன்ற நங்கையரால் சதிப் பெருமையைக் காப்பாற்றிக் கொண்டிருக்கிறது.

ஆசிய விளையாட்டரங்குகளில், தாய்நாட்டின் மானம் காக்க ஓடி ஓடித் தங்கப் புகழ் பெற்ற பி.டி. உஷாவைக் காட்டிலும் கணவனோடு சிதையில் எரிந்த ரூப்கன்வர் பெரும் புகழ் பெற்றிருக்கிறாள்.

அந்நியர் ஆக்கிரமிப்புக்கு உட்பட்டால், அரச மாளிகையின் அந்தப்புரங்களில் இருந்து நடுவீதிப் புழுதியில் வீழ்ச்சியுறும் நிலைமையை உணர்ந்த பெண்கள், பகைவர் உட்புக மன்னர் இடம் கொடுத்து விட்டதை அறிந்த உடனேயே எரி வளர்த்துப் புகுந்தனர்; மானம் காத்துக் கொண்டனர். சித்தூர் ராணி பத்மினியின் வரலாறு பொன்னேட்டில் துலங்குவதாகும்.

இவ்வாறு பத்தாம் நூற்றாண்டில் தம் மானம் காக்க வழக் காக்கித் தீர்த்த தீக்குளிப்புகள், பாதிவிருத்யம், சதி என்ற சர்க்கரைப்பாகில் தோய்க்கப் பெற்றன. வரலாற்றுக்கு முந்தைய காலத் தலைவன் இறந்ததும், அவனுக்குப் பிரியமானவற்றை– பயன்படுத்திய பொருட்களையும் சேர்த்து அவனுடன் எரித்து விடும் வழக்கம் இருந்ததாகத் தெரிய வருகிறது. மகாபாரதத்தில், கீசகன் இறந்ததும், அவனுக்குப் பிடித்தமான அடிமைப்பெண் சைரந்தரியையும் (திரௌபதை) உடன் எரிக்கலாம் என்ற பேச்சு எழுந்ததாக வருகிறது. வரலாற்றுக்கு முந்தைய தொன்மையான தாய் வழிக் காலத்தைக்கூட ரேகையிட்டுக் காட்டும் ரிக் வேதத்தில் இந்தக் குறிப்பு காணப்படுகிறது.

கணவன் இறந்த பின் அவனைச் சிதைக்குக் கொண்டு செல்கையில், அவன் மனைவியை நன்கு அலங்கரித்து மங்கலப் பெண்டிர் சூழக் கூட்டிச் செல்வர். கணவனின் அருகில் மனைவி அடையாளமாகப் படுக்கச் சென்றதும், அவளைக் கூடியிருந்த கூட்டத்தினர் எழுப்புவர். "பெண்ணே! நீ இன்னும் இவ்வுலகில் வாழ வேண்டியவள். அவன் உயிர் போய் விட்டது. நீ எழுந்து வா!" கணவரின் இளைய சோதரரோ, மற்ற தாயாதியரோ அவளை மீண்டும் வாழ வைப்பதான பொருளுடைய பாடல் இது. "அநாதராதரவா இல்லாத பெண்கள், கண்ணீரின்றி வருத்தம் இன்றி முன்னே அவளை விட்டுக் கரைத்துச் செல்லட்டும்" என்ற பொருளில் வரும் பாடலில், 'முன்னே' என்ற பொருள் கொடுக்கும் 'அக்ரே' என்ற சொல் 'அக்னே' (நெருப்பில்) என்று திருத்தப்பட்டது. கொடுமையிலும் கொடுமையன்றோ? வீட்டுக்குச் செல்லாமல் அக்கினியில் புகுக!

கணவன் இறந்ததும் மனைவியைத் தீயில் புகும்படி செய்வதற்கு வேத 'அங்கீகாரம்' வேண்டுமே? உண்மையில் கணவனுக்குப் பின் வாழ்வதற்கு எல்லா உரிமைகளையும் கொடுக்கும் பாடல்களாக அல்லவோ ரிக் வேதம் காட்டுகிறது?

க்ஷத்திரிய குலப் பெண்கள், இரண்டாம் வருணத்தவர், தீயில் மாண்டு, 'சதி' புண்ணியத்தினால் முதல் படிக்குப் போகலாமா? முன்னே அழைத்து வர வேண்டாம் – நெருப்பில் தள்ளலாம் என்று வேதம் சொல்வதாக, பிற்காலத்திய பண்டிதப் புலிகள், கண்களில் நெய்யூற்றிக் கொண்டு துழாவி, ஒரு சிறு கோட்டைச் சுழித்து, வேத 'அனுமதி' பெற்றுவிட்டார்கள். (अग्रे-अग्ने)

ஆதியில் கௌதமர் என்ற ரிஷி, 'பிராமணி' தற்கொலை செய்து கொண்டால் தனக்கோ, கணவருக்கோ, சுவர்க்கம் தேட

முடியாது என்று சொல்லி வைத்திருந்ததையும் மாற்றினார்கள். பிராமண ஹத்தி, ஸ்த்ரீ ஹத்தி (பெண்கொலை) என்ற பாவம் அழிக்கப் பெற்று புண்ணிய நெறியாக மாற்றப்பட்டது. இதை நெறிப்படுத்தி ஊக்குவிக்கும் வகையில் சநாதன ஆணாதிக்க வெறியர், ஸதிக்கு விரோதமாக எதுவும் சொல்லாதிருந்த முனிவர் பெருமக்களின் பெயர்களைத் தேடிப் பிடித்தார்கள். அவர்கள் திருவாய் மலர்ந்தருளியதாக, சதி சாத்திர நெறி வகுக்கப்பட்டு பறையடிக்கப்பட்டது.

அறிவு குருடாக்கப் பெற்ற அபலைகளை எரியில் தள்ள, அவர்களே சென்று விழ அவர்களை ஆசை காட்டிய வாசகங்கள் இவை;

1. கணவனுடன் சிதையடுக்கி, உடன்கட்டை ஏறும் பெண் அருந்ததிக்குச் சமமாகப் பத்தினிகளுக்குரிய சுவர்க்கம் புகுகிறாள்.
2. கணவனுடன் சிதையில் மறு உலகம் செல்பவள், மனித உடலில் உள்ள ரோமக்கால்களின் எண்ணிக்கைக்குச் சமமாக, மூன்றரைக் கோடி ஆண்டுகள் சுவர்க்கம் அனுபவிக்கிறாள்.
3. மகா பாவம் செய்த கணவனாக இருந்தாலும், பாம்புப்பிடாரன் பொந்தில் இருந்து பாம்பை இழுத்து விடுவதுபோல், தன் 'பதிவிரதா சக்தியினால்' கணவனைக் கொடிய நரகத்தில் வீழாமல் மீட்டு, அவனுடன் சொர்க்கம் அனுபவிக்கிறாள்.
4. கணவனுடன் உடன்கட்டை ஏறுபவள், மூன்று பரம்பரையினரின் பாவத்தைக் கரைத்து விடுகிறாள் 1) தன் தாய்வழிப் பரம்பரை, 2) தன் தந்தை வழிப் பரம்பரை, 3) புகுந்த வீடாகிய கணவன் வழிப் பரம்பரை.
5. கணவனையே தெய்வமாக நினைந்தொழுகும் கற்பரசி உடன்கட்டை ஏறுவதால், பதினான்கு இந்திரர் ஆளும் காலத்துக்கு சுவர்க்கத்தில் மிக உன்னதமான மகிழ்ச்சியைக் கணவனுடன் அனுபவிக்கிறாள்
6. எல்லாப் பாவங்களிலும் கொடிய பாவம் – பிராமணனைக் கொன்ற பாவம் (பிராமணத்தியை அல்ல) அத்தகைய பாவத்துக்கு ஒருவன் ஆளாகி இருந்தாலும், அந்தக் குடும்பத்து சதி உடன்கட்டை ஏறுவாளேயாகில், கற்பரசியின் உயிர் தியாகத்தினால், அந்தப் பாவம் அவனைச் சாராமல் தப்புவிக்கிறது.

ஹரிதர் என்ற ரிஷி, மிகவும் 'காட்டமாக' ஒரு மாத்திரை

கொடுக்கிறார். ஒரு பெண் தன் கணவனுடன் உடன்கட்டை ஏறாமல் வாழ நினைப்பாளேயாகில், அவள் மீண்டும் மீண்டும் பெண்ணாகவே பிறந்து வதைபடுவாள்!

பிரும்ம புராணம் சொல்கிறது – கணவன் வேற்று நாட்டில் இறந்தான் என்று கேள்விப்பட்டதும், உத்தம பத்தினி, அவனுடைய காலணிகளை மார்பில் வைத்துக்கொண்டு அக்கினியில் புகுவாள்!

பெற்றுப் பேணி தன் நிணத்தையும் குருதியையும் தோய்த்து, ஆண் இனத்தை வாழ்விப்பதையே நெறியாகக் கொண்டிருந்த பெண்ணினத்தை இவ்வாறு வஞ்சக வார்த்தைகளால் மூளைச் சலவை செய்தது சநாதன ஆணாதிக்கம். இப்படி அவளை உயிரோடு நெருப்பிலிடும் கொடுமை, 'சதி தருமம்' என்ற பெயரில் பல நூற்றாண்டுகளுக்கு ஏனென்று கேட்பார் இல்லாமல் நடைபெற்றது.

ராஜா ராம்மோகன் ராய் பெண் குலத்தின் அல்லல் அகற்றும் விடிவெள்ளியாய்த் தோன்றினார். இக்கொடுமைக்குச் சமாதி கட்ட, சநாதனத்தை எதிர்த்து ஆங்கிலேய அரசையும் அசைக்க அரும்பாடுபட்டார். ஆனால் சநாதனமோ, வேதம் என்றும் புராணம் என்றும் புளுகுகளை அவிழ்த்து விட்டு நியாயம் தேடிற்று.

அவர்களைப் பார்த்து ராஜா ராம்மோகன் ராய் கேட்டார்,

"கணவனை இழந்தவள் தானாகவே சங்கல்பம் செய்து கொண்டு உடன்கட்டை ஏற வேண்டும் என்பதுதானே விதி? உங்கள் வழிக்கே வருகிறேன்; ஆனால் நீங்கள் மரித்த கணவனுடன் அவளை உயிரோடு கயிறு கொண்டு பிணைக்கிறீரே! பின்னர் அவளை வைத்து மேலே சிதை அடுக்குகிறீர்களே? அவள் எழுந்திருக்கவே இயலாதபடி பெரிய மூங்கில் தடிகளை வைத்து அழுத்துகிறீர்களே? ஹரிதரும் மற்ற முனிவர்களும் இதையெல்லாம் சொல்லி இருக்கிறார்களா?"

இது அப்பட்டமான பெண் கொலை தவிர வேறொன்று மில்லை. இந்தியப் பெண்களின் அவல நிலை. அரசாள வந்த அந்நியருக்கும்கூட உறுத்திற்று. வில்லியம் பெண்டிங் சதி ஒழிப்பைச் சட்டமாக்கித் தீர்த்தார்.

ஆனால், செத்தொழிந்தது என்றிருந்த கொடுமை மீண்டும் சுதந்திர இந்தியாவில் தலை காட்டியிருக்கிறது. சநாதன நச்சுப் பாம்புகள், எங்கெங்கோ பொந்துகளில் இருந்து தலை நீட்டுகின்றன. இந்தியத் துணைக் கண்டத்தில் வீரமும் தீரமுமாக ஒரு பெண்ணே ஆட்சி பீடத்தில் ஏறி இருந்ததையும் இந்த

நச்சுப் பாம்புகள் சட்டை செய்யவில்லை. சட்டங்களை வெறும் சட்டையாக உரித்துவிட்டு, இன்றும் குழந்தை மணம், சதி என்ற நச்சுப்பற்களால் பெண் குலத்தைத் தீண்டுகின்றன. ரூப்கன்வரின் மரணம் நமக்கு எழுச்சியைக் கொடுக்கட்டும். அருமைச் சோதரியரே, இப்பாம்புகளை நாம் ஒன்றுபட்டு அடித்துக் கொல்லுவோம்! அறியாமை என்ற மையை நம் அகங்களிலிருந்து துடைத்தெறிவோம், சட்டங்களுக்குச் சாகாத கொடுமைகள், நம் ஏகோபித்த சக்திக்கு முன் பொசுங்கிப் போகட்டும்!

சந்திரனில் மனிதன் கால் வைத்த இந்த நாளிலும், நமது சோதரியர் இன்னமும் புராண கால அவலங்களைச் சுமக்கலாமா? சதி எரிப்புக் கொடுமையை விடப் பல மடங்குகள் கொடூரமாக, வரதட்சணை எரிப்புகள், ஸ்டவ் வெடிப்புகள், எரிவாயுப் பொசுக்கல்கள் தலையெடுத்திருக்கின்றனவே! இந்த அவலங்களுக்கு முடிவு கட்ட வேண்டாமா?

18

வேத (அ)தரும பரிபாலனங்கள்

புனித கங்கை நதி பாயும் தலங்களிலுள்ள நீராடும் படித்துறைகளில், காவிரிப் படித்துறைகளில் காணப்படும் மஞ்சள் உரைக்கும் தடங்கள் தெரியவில்லை. தென்னாட்டு நதித் துறைகளில் பெண்கள் நீராடும் இடங்களை மிகச் சுலபமாகக் கண்டுபிடித்துவிடலாம். ஆங்காங்கு ஊறிய மஞ்சட்துண்டுகள், அரைத்த விழுதுகள், வெற்றிலை பாக்கு முதலியன சிதறிக் கிடக்கும். உயர் வருணத்துப் பெண்கள் நீராடும் படித்துறைகளும் சில ஊர்களில் இருக்கும். அத்துறைகளில் ஒட்டினாற்போல் இரு மருங்கிலும் குட்டியாகச் சில துறைகள் ஓரமாக இருக்கும். இந்தத் துறைகளில் மங்கல மஞ்சளின் சோபை கிடையாது. வெற்றிலை பாக்கு, வண்ணச் சேலைகள், பொன் வயிர அணிகள் என்ற எந்த மங்கலப் பொருளைச் சுமப்பவர்களையும் இங்கே பார்க்க முடியாது. இந்தப் படித்துறைகளைச் சுவாதீனமாக வைத்திருக்கும் சில அபாக்கியவதிகளில், மிகக் கடுமையான புள்ளிகள், எப்போதும் மஞ்சள் உரைக்கும் இனத்தினரிடம் அடி மனத்துப் புகைச்சல்களைக் கொட்டுவார்கள். அதுவும் கபடமறியாச் சிறுமியரிடம் இவர்கள் வசை பாயாத நாள் இருக்காது. புலராப் பொழுதில் காவேரிப் படித்துறைக்கு வந்து, நடுப்பகல் வரையிலும் இந்த வெண்-சேலை-முண்டித-முட்டாக்குப் பெண்கள் கோலோச்சுவார்கள். சுமார் ஐம்பது ஆண்டுகளுக்கு முந்தைய காவேரிக்கரைக் கிராமங்களில் இத்தகைய அபாக்கிய அபலைகள், அந்தணர் தெருக்களில் ஒவ்வொரு வீட்டிலும் பொந்துகளில் அடைபட்டாற்போல் வெளிச்சம் காணாமல் உயிர் வாழ்ந்தார்கள். இந்தச் சிறு வயதினர், அந்த ஊரில் வாழ்க்கைப்பட்ட அபலைகளாக இருந்தால், பகலில் யார் முகத்திலும் விழிக்க வர மாட்டார்கள். இருட்டோடு மயானக் கரை படித்துறையில் நீராடி விட்டுப் பொந்துக்குள்

முடங்குவார்கள். புருஷன் வீட்டில் கோலாச்சும் மாமியார் அல்லது நாத்தி (மொட்டைகள்) காவிரிக்கரையிலும் கோயில் போன்ற இடங்களிலும் தென்படுவார்கள். இந்நாட்டில் குழந்தை விவாகம், பல தார மணம் போன்ற கொடுமைகளினால் வயதுக்கு வரும் முன்னரே முடியுடன் மங்கலங்களைப் பறி கொடுத்த மங்கையர் எத்தனை எத்தனை ஆயிரம் பேர்!

புரோகிதக் குடும்பங்களில் கூட்டுக் குடும்ப வீட்டில், புறைகள் போன்ற அண்ணன் தம்பிப் பாகங்களில் கிடைத்த பகுதிகளில், ‘வெள்ளை’ உடுத்தும் வாரிசாக எத்தனை இளம் பெண்கள்! இவர்களில் சிலர் நன்றாகப் பூ வேலை செய்வார்கள். குரோஷே, அட்டைப்பட நூல் வேலை, தாழம்பூ, மல்லிகைப்பூ என்று கூந்தல் அலங்காரக்கலை எல்லாவற்றிலும் திறமை பெற்றிருப்பார்கள். ஆனால், அவை தப்பித் தவறிக்கூட வெளியே வர இயலாதபடி சநாதனம் அழுத்தியிருக்கும். துளசியம்மன் தோத்திரம், மீனாட்சி கல்யாணம், லலிதாம்பாள் சோபனம் போன்ற பாடல்களைப் புனைந்து பாடியவர்கள் இருந்தார்கள். நலங்கு, ஊஞ்சல், லாலி, பத்தியம், ஓடம் என்ற கல்யாணப் பாடல்களை, ஈசனும் ஈசுவரியும் திருமணம் செய்து கொள்ளும் வைபவத்தில் பாடும் வகையில் புனைந்து, வாய்மொழியாக அந்த மரபை வாழ வைத்தவர்கள் இருந்தார்கள். பழுப்பேறிய நோட்டுப் புத்தகங்களில் எழுதி வைத்தவர்களும் இருந்தனர்.

ஆனால் இத்தனை தெரிந்தும், எந்த மங்கல-நிகழ்ச்சிகளிலும் அவர்கள் முகம் காட்ட முடியாது. சமையலறையில் உடலுழைப்பு; பட்டினி (விரதம்); ஏச்சுப் பேச்சுக்கள். இத்தனை சிறுமைகளை ஏற்ற இவர்கள் செய்த குற்றம்தான் யாது?

சுமார் இருபது ஆண்டுகளுக்கு முன், காஞ்சியில் உள்ள சங்கராச்சாரிய சுவாமிகளைத் தரிசிக்க சென்னையிலிருந்து ஒரு மாதர் சங்கக் கூட்டம் சென்றது. நல்ல சித்திரை வெயில். பெண்களில் பல சாதியினரும் சிறியவர்களும் குழந்தைகளுமாக ஒரு ஐம்பது பேர் அடங்கிய கூட்டம் அது. சுவாமிகள் ஊருக்கு வெளியே ஒரு குளக்கரை மடத்தில் தங்கியிருந்தார்கள். உச்சி நேரத்தில் அடியும் பொடியும் ஒட்ட வந்து இறங்கிய இவர்களை, மடம் எப்படி வரவேற்றது?

உள்ளிருந்து (ஒரு பிராமணர்) ஒருவர் வந்தார்.

“நில்லுங்கள்! இங்கே தலைமுடி வச்சிட்ட விதவைகள், ஸ்மார்த்தா, வடகலைக்காரர் உள்ளே வரக்கூடாது; மற்றவர் வரலாம்” என்றார். அக்கினிக்கோடு.

இருபத்தொன்றாம் நூற்றாண்டை எட்டும் நேரத்தில், சந்திரனில் மனிதர் எட்டிவிட்ட நாட்களில், சுவாமிகள் நாளொரு புகைப்படமும், பொழுதொரு வண்ணக் காவிப் பத்திரிக்கை விளம்பரமுமாக, ஒலி–ஒளிபெருக்கிகளை மறுத்திராத நிலையில், பெண்களுக்கு இப்படி ஒரு விதியா?

இந்த மாதிரி ஒரு வெளிப்படையான நடைமுறை, தாழ்த்தப்பட்டவர்களை நோக்கி வந்திருந்தால் கூட அரச, பொது நிறுவனங்கள் உடனே கச்சைக் கட்டிக்கொண்டு எதிரே பாய்ந்திருக்கும். பட்டப்பகலில் பெண்கள் கூட்டத்துக்கு நேரும் இத்தகைய அவமானங்களை ஏனென்று கேட்பாரே இல்லை.

அந்தப் பெண்கள் கூட்டத்திலிருந்தவர் அனைவரும் படித்தவர்களும் சமுதாய மதிப்பும் உடையவர்களே. சங்கத்தின் தலைவியாக இருந்த அம்மையார் முந்தைய ஆண்டில் மஞ்சள் குங்குமத் தாலியோடு, சுவாமிகளைச் சங்கத்தில் வரவேற்றுப் பாதபூசையே செய்தார். இந்த ஆண்டில் அவருக்கே உள்ளே நுழையத் தடை விழுந்தது.

ஆனால், அத்தனை பெண்களும் இந்த விதிகளை ஏற்றுக் கொண்டதுதான் அதிர்ச்சிக்குரியது. ஸ்மார்த்த வடகலை, வைணவ தலைமுடி வைத்திருந்த கைம்பெண்கள் சென்று மரத்தடியில் ஒதுங்கினார்கள். ஏனென்று கேட்பாரே இல்லை.

இந்தக் குருபீடங்கள், இந்த இருபதாண்டுக் காலத்தில் மாற்றம் பெற்றிருக்கின்றன. அபலைக் கைம்பெண்கள், பாகு பாடு இல்லாமல், சுவாமிகளைத் தரிசித்துப் புனித தீர்த்தம் வாங்கிக் கொள்கிறார்கள். இதற்குக் காரணம் – வளர்ந்து வரும் விழிப்புணர்வு, குருபீடங்களின் பொய்யான அடித்தளங்களைத் தகர்த்துத் தனிமைப்படுத்தி விடுமோ என்ற அச்சம்தான் என்பதைச் சொல்ல வேண்டுமா?

மஞ்சள் சாதாரணமாக, அந்தக் காலத்தில், தென்னாட்டில், மங்கையருக்கு ஓர் ஒப்பனைப் பொருளாகவே இருந்து வந்திருக்கிறது. இது பழங்குடி மரபினரின் வழக்கமாகவும் இருந்திருக்கலாம். இந்த மஞ்சளும், குங்குமமும், நாளடைவில் ஒடுக்கல் சாத்திரத்தின் கருவிகளாகப் பரிணாமம் பெற்றிருக்கின்றன.

கோழி, ஆடு, பன்றி முதலிய வீட்டுப் பிராணிகள் மாமி சத்துக்காகவே ஊட்டமளிக்கப்படுகின்றன. இந்த ஊட்டப் பராமரிப்பு, அவற்றை அடித்துக் கொல்லும் செயலில் பூரணமாகிறது.

ஒரு பெண்ணுக்குரியதென்று, மஞ்சள், குங்கும மங்கலச் சேர்க்கைகள் கணவனைச் சார்ந்தே கரிசனம் காட்டப்படுவது எதற்காக? அவற்றின் இழப்பை, அவளுக்கு மேலும் கொடூரமாக்குவதற்கே என்றால் தவறில்லை.

மேனியழகைப் பராமரிக்கக்கூடிய சில பொருட்கள், கணவனுடன் வாழும் மேன்மைக்குரியதாக, சார்புத் தன்மையின் ஆழ்ந்த சின்னங்களாகச் சக்தியூட்டப்படுகின்றன. அவள் உள்ளத்தை, உயிரனைய உள்ளொளியை, ஆளுமையைக் கவ்விப் பிடிக்கும் பிணிப்பாக இந்த மங்கலச் சின்னங்கள் தங்கள் முத்திரையை அவள் உணர்வில் பதித்து விடுகின்றன. அவள் கணவன் என்ற ஆளைவிட மிக ஆழ்ந்த வகையில் இவற்றுக்குக் கட்டுப்படுகிறாள்.

கோழிக்கும் ஆட்டுக்கும் பன்றிக்கும் தங்களை யமன் வட்டமிடும் முன்னுணர்வு இல்லாமல் இருக்காது. ஆறாம் அறிவு அற்ற விலங்கினங்களுக்கு இயற்கையாகச் சில உணர்வுகள் அமைந்திருக்கின்றன. ஆனால் மனிதரை அண்டி அவர் போடும் உணவுக்காக அடிமை வாழ்வுக்குப் பழகிய நாகரிகம் விலங்குகளை வந்தெய்திய பிறகு, அவை மனிதரை விட்டுப் போகத் துணிவதில்லை. இயல்பூக்கங்கள் மங்கிப் போகின்றன போலும்? இத்தகைய அண்டிப் பிழைக்கும் சார்பு நிலை நாகரிகத்தில், பெண்ணும் தனித்தன்மையை இழந்து வந்திருக்கிறாள்.

கணவன் இறந்தபிறகு, அவளுக்குச் செய்யப்படும் பல சடங்குகளில் முக்கியமானதொன்று, மங்கலப் பொருட்களை இழந்ததை அவள் ஆழ்ந்து உணரச் செய்தலாகும். இந்தச் சடங்கை, அவமானத்தை, அவள் உள்ளத்தைக் குதறிப் பிடுங்குவது போன்ற கொடூரத்தை, அவளைப் போல் கணவனை இழந்த பாவிகள்தாம் முன்னின்று நிறைவேற்றுவார்கள். இந்த அமங்கல நிகழ்ச்சிகளை, அவளுடைய சொந்த மகளோ, தாயோ கூடச் சுமங்கலியாக இருந்தால் பார்க்கலாகாது. அவளை நீர்க்கரையில் (கிணறு, ஆறு, குளம்) நிற்கச் செய்து, அடித்துக்கொண்டு அழுது மஞ்சள் பொடியை வீசி எறிந்து, மலரை வீசியெறிந்து, இந்தா, இந்தா, கடைசி... கடைசி, தொலைத்துக்கொள் என்று கடுமையான சொற்களால் அவள் அழ அழக் குதறுவார்கள். அப்படிச் செய்யும் அபாக்கியவதிகளுக்கு, அவர்களுக்கு அன்று நிகழ்ந்த அவலங்கள் பொங்கி வருமல்லவா? இந்தக் கொடுமையை, கணவன் இறந்ததற்காக அவள் மீது பொறிந்து,

நிரபராதியான அவளை உருக்குலைப்பதுதான் இந்த மஞ்சள் குங்கும மங்கலத்தின் உட்பொருளோ என்று தோன்றும்.

இந்நாட்களில் எத்தனையோ சீர்திருத்தங்கள் வந்து விட்டன. கணவனை இழந்த பெண்கள் வண்ணச்சேலை அணிவதும், பொட்டு வைத்துக் கொள்வதும், மலரணிந்து கொள்வதும் சகஜமாக மேல்தட்டுகளிலும் இடைநிலை வர்க்கங்களிலும்கூட வந்திருக்கின்றன. கணவன் இறந்ததனால் தான் ஒரு குற்றவாளி என்ற ஆழ்ந்த உணர்வை, ஓரளவுக்கு மறக்கும்படி சூழ்நிலை மாறினாலும் மஞ்சள்-குங்குமம் மட்டும் சிலும்பிக் கொண்டு கேள்விக்குறியாக இருக்கிறது. இந்த இருபதாம் நூற்றாண்டின் சக்தி வாய்ந்த சாதனமாகிய திரைப்படங்கள், இந்த ஒடுக்கல் கருத்தை, கல்வி கற்று அறிவியலாளராக வளர்ச்சி பெற்ற பெண்பாலரையும் கூட அக்குற்ற உணர்வாக உறுத்தச் செய்கின்றன.

கணவன் இறந்ததைக் காட்ட, கொடூரமாக ஒரு கை வந்து அவள் பொட்டை அழிக்கும்; வளையல்களை உடைக்கும்; வெள்ளைச் சேலையைத் தானாக ஏற்கச் செய்யும்.

அதுவும், பொருளாதாரம், கல்வி ஆகிய மேம்பாடுகளில்லாத அடித்தளச் சமுதாயத்தில் இந்தக் கைம்பெண் சடங்குகள் மிக ஆழமாகப் பதியும்படி செய்யப்படுகின்றன. கணவன் இவளை நாளெல்லாம் குடித்து, அடித்து, உடலுழைப்பைச் சுரண்டும் பேயாக இருந்திருப்பான். அவனுடைய சாவு இவளுக்கு விடுதலையே. உண்மையில் தூலமாக அவன்தான் இவளைச் சார்ந்திருக்கிறான். ஆனால், இவளையும் கடைசி மங்கலங்களுக்கு ஆளாக்கி, கருத்து ரீதியாக இவளை முடமாக்குகிறார்கள்.

திருமணம் கணவனையும் மனைவியையும் ஈருடல் ஓருயிராகச் செய்யும் முக்கியமான நிகழ்ச்சிதான். கருத்தொருமித்த இன்பத்துடன் இருவரும் வாழ்ந்த நிலையில் கணவன் மறைந்தால் மனைவி விரும்பி அவளாகவே கைம்மைக்கோலம் ஏற்பதைத் தர்ம நியாயமாகச் சித்திரிக்கும் திரைப்படங்கள், மனைவி இறந்ததும், அதே வகையான இழப்புக்குள்ளான கணவன் எந்த போகத்தையும் துறப்பவனாக மறந்தும் எவரும் சித்திரிப்பதில்லை.

மாறாக, மனைவியை இழந்த சோகத்தை மறக்க, அவள் சாடையாகவே இருக்கும் அவள் சகோதரியையோ அல்லது வேறு பெண்ணையோ கண்டு மனம் அவள்பால் செல்ல மயங்குவான். இல்லையேல் இறப்பதற்கு முன் அந்த மனைவியே, கணவன் சந்தோஷமாக வாழ, தன் சகோதரியையோ, வேறு எவளையோ

திருமணம் செய்து கொள்ள வேண்டும் என்று உறுதி வாங்கிக் கொள்வாள்.

முதல் மனைவியை மறந்து வேறு மணம் செய்து கொள்ளமாட்டேன் என்று இருந்தாலும், அவளுக்கு உறுதிமொழி கொடுத்த தர்ம நியாயத்துக்குக் கட்டுப்பட்டு மணக்க இயங்கு வதாகச் சித்திரிப்பார்கள்.

தரும சூத்திரங்கள் என்ற பெயரில் சட்ட நெறிகளைத் தோற்றுவித்த ஆசிரியர்கள் கைம்பெண்கள் மணம் புரிவதற்கு இடமளித்திருக்கிறார்கள். ஒருவன் சந்ததியில்லாமல் இறந்து போனால், மனைவி அதே கோத்திரத்தில் உதித்த ஒருவனுடன் கூடி மகனைப் பெறலாம். இந்த விதியை மனுவும் கூட அனுமதித்திருக்கிறார்.

கைம்பெண்கள் மறுமணம் புரிந்துகொண்டு மக்களைப் பெறவும், இறந்த கணவருடைய வாரிசாக அவர்கள் அனுமதிக்கப் படுதலும் சமுதாயத்தில் நிலவியதால்தான், 'கைம்பெண் மகன்' என்ற சொற்றொடர் வழக்குமொழியில் வந்தது. இதேபோல், ஒரு மனிதருக்குத் தாசியிடம் (பொது மகள்) பிறக்கும் மகனுக்கும் சொத்துரிமை, நீர்க்கடன் உரிமை எல்லாம் வழங்கப் பெற்ற நிலையில்தான் 'தாசி மகன்' என்ற சொற்றொடர் வழக்கில் வந்தது. பிற்காலத்தில், ஏன் இன்றும் இச்சொற்கள் வசை மொழிகளாகப் பயன்படுத்தப்படுகின்றன?

19

குங்குமச் சின்னம் – பொட்டும், கலையும்

வட இந்தியாவில் உள்ள பழங்குடி இனத்தாரில் ஓரான் என்ற இனத்தாரிடையே ஒரு நாடோடிக் கதை வழங்கி வருகிறது.

ஓரான் இனத்தவரில், ஒரு சமயம் நான்கு பேர் இளமைப் பருவந்தொட்டே நெருங்கிய நண்பர்களாக இருந்தனர். ஒருவன் 'சிந்தூரம்' எனப்படும் குங்குமம் விற்பவன். ஒருவன் துணி நெய்பவன். மரச் செதுக்கு வேலையில் தேர்ச்சி பெற்றவன் ஒருவன். நான்காமவன் பொன் நகைகள் செய்பவன். நான்கு தொழிற் கலைஞர்களுக்கும் கிராமத்தில் தங்கியிருந்ததில் அலுப்பு ஏற்பட்டது. புதிய புதிய இடங்களைப் பார்க்க வேண்டும் என்று முடிவு செய்து கிளம்பினார்கள். கையோடு தத்தம் தொழில்களுக்குரிய சாதனங்களையும் எடுத்துக் கொண்டார்கள். வழியில் ஓர் இரவைக் கழிக்க ஒரு மாந்தோப்பில் தங்கினார்கள்.

ஒரே சமயத்தில் எல்லாரும் உறங்கிவிட்டால் கைப்பொருள் களவுபோய் விடலாமல்லவா? எனவே, அவர்களில் மூவர் உறங்க, மற்ற ஒருவர் முறை போட்டுக் கொண்டு விழித்துக் காவல் இருக்க வேண்டும் என்று முடிவு செய்தார்கள்.

மரச்சிற்பம்செய்யும்கலைஞன்முதலில்விழித்திருக்கவேண்டி வந்தது. உறங்குபவரைப் பார்த்துக்கொண்டு சோம்பேறித் தனமாக உட்கார்ந்திருக்க அவனுக்குப் பிடிக்கவில்லை. ஒரு காய்ந்த மரத்துண்டை எடுத்து அதில் ஒரு பெண் வடிவைச் செதுக்கினான். அது முடிந்ததும், அடுத்தவனை எழுப்பி உட்கார வைத்துவிட்டு அவன் உறங்கிப் போனான். இந்த முறைக்காரன் பொன் நகைகள் செய்யும் கலைஞன். அழகான மரப்பிரதிமைக்கு நகைகள் செய்து போட்டான். அடுத்த முறைக்காரன் துணி நெய்பவன். நகைகளைவிட ஆடையன்றோ முக்கியம்? நல்ல சேலை நெய்து பிரதிமைக்கு அணிவித்தான்.

இறுதியாக விழித்திருக்க வந்தவன் குங்குமம் விற்பவன்.

பொழுது விடியுந்தறுவாயில், அந்தப் பிரதிமையின் நெற்றியில் குங்குமத்தை எடுத்துத் தீற்றினான். மரப்பிரதிமை உடனே உயிர் பெற்றது. நாணமும் எழிலும் குலவ, நங்கையாக அவள் நின்றாள். நான்கு நண்பர்களும் அந்தப் பெண்ணைத் தனக்கே மனைவியாக்கிக் கொள்ளும் உரிமை இருப்பதாகப் பூசலிடத் தொடங்கினார்கள். மரச்சிற்பி, அவளைத் தானே உருவாக்கியதால் அவள் தனக்குரியவள் என்று வாதிட்டான். பொன் நகை செய்து போட்டவனும், ஆடை அணிவித்தவனும் தங்களுக்கே அவள் உரியவளாக வேண்டும் என்று நின்றார்கள். குங்குமக்காரனோ, தான் குங்குமம் வைத்ததாலேயே அவள் உயிர் பெற்றாள் என்று உரிமையை நிலை நாட்டினான்.

இவர்கள் இவ்வாறு சச்சரவிடுகையில் அங்கொரு பெரியவர் வந்தார். அவர்கள் நால்வரின் வாதங்களையும் கேட்டு இவ்வாறு தீர்ப்புக் கூறினார்: அவளை உருவாக்கிய சிற்பி தந்தையாகிறான்; ஆடை அணிவித்தவன் மூத்த தமையன் ஆகிறான்; அணிகள் செய்து அலங்கரித்தவன் தாய்மாமன் ஆகிறான்; அவளைத் தொட்டு நெற்றியில் குங்குமம் தீற்றியவனே கணவனாகும் உரிமையைப் பெறுகிறான். திருமணம் என்பது ஓர் ஆண் தனக்கென்று ஒரு பெண்ணை உடைமையாக்கிக் கொள்வது என்று பொருள்படுவதாக இக்கதை அமைந்துள்ளது. அவ்வாறு உடைமைப் பொருளாக்கிக் கொள்வதற்குரிய அடையாளமே குங்குமத் தீற்றல் சடங்கு என்பதும் தெளிவுறுத்தப்படுகிறது.

இன்றும் வட இந்திய மக்களிடையே குங்குமத் தீற்றல் ஒன்றே திருமணம் நிறைவேறிவிட்ட பெண்ணுக்குரிய அடையாளச் சின்னமாக இருக்கிறது. தென்னிந்தியரிடையே இன்றியமையாததாகிய 'தாலி' அல்லது 'மாங்கல்யக் கழுத்தணி' வட இந்தியத் திருமணங்களில் இல்லை. திருமணமாகாத சிறுமிகள் குங்குமப் பொட்டணிவதை முக்கியமாகக் கருதுவ தில்லை. (இந்நாட்களில் பிளாஸ்டிக் ஒட்டுப் பொட்டுக்கள் ஓர் அலங்காரப் பொருளாக மலிந்திருக்கிறது).

வங்க எழுத்தாளச் சோதரி திருமதி கவிதா சின்ஹா, என்னிடம் பேசும்போது வேடிக்கையாகக் குறிப்பிடுகிறார்: "மனிதர் கூட்டம் கூட்டமாக வீடு வாசலின்றித் திரிந்த நாட்களில் ஆங்காங்கு காடுகளில் வேட்டையாடி உண்பதும் உறங்குவதுமாக இனம் பெருக்கினர். அந்நாட்களில் ஒருவன் ஒரு பெண்ணைக் கருவுறச் செய்யுமுன், அவளது கையில் இரும்பு உலோக வளையமிட்டு இழுத்துச் சென்று, தனிமையில் உறவு கொண்டான். அவ்வாறு

பயன்படுத்தப்பெற்றதற்கு அடையாளமாக, கூரிய கல்லை எடுத்து, அவள் நெற்றியில் குத்திக் குருதி வரச் செய்து முன்னுச்சியில் அடையாளக் கோடிட்டான். அதுவே இன்றும் திருமணத்தின் சிந்தூரச் சடங்காக முதன்மை பெற்றிருக்கிறது." இந்தக் கூற்றுக்கு ஆதாரம் தெளிவாகத் துலங்கவில்லை என்றாலும், நம்பற்குரிய சான்றாகத் தோன்றுகிறது. இது இந்தியப் பழங்குடி இனத்தாரிடமிருந்து, நாகரிக இனங்களில் பரவியதா என்பதும் ஆய்வுக்குரிய கருத்தாகும்.

ப்ரிஃபால்ட் என்பவர் (Briffault) 'தாயர்' (Mother) என்ற தம் நூலில் பழங்குடி வழக்கங்களைப் பற்றி எழுதுகையில், ஆதிக் குடியினரின் திருமணச் சடங்குகளில் மணமகள் குருதி அடையாளம் தரிக்கும் வழக்கைப் பற்றிக் குறிப்பிடுகிறார்.

இவ்வாறு குருதியினால் அடையாளமிடுவது, அவளுடைய கணவனாக வருபவனுக்கு அவள் புனிதமானவளாகவும், ஏனைய ஆடவருக்கு அவள் களங்கமுடையவளாகவும் கருதப் படுவதற்கான சின்னமாக இருந்ததென்றும் குறிக்கிறார். இது வங்கச் சோதரியின் கூற்றுக்குச் சான்றாகவே இருக்கிறது.

பெண்ணுக்கு மருதோன்றி இடும் சடங்கு, சிவப்பு ஆடை யினால் அலங்கரிப்பது, எல்லாம் இன்றளவும் தென்னாட்டை விட வட இந்தியாவில் மிக முக்கிய வழக்கங்களாக இருக்கின்றன. பூப்பு, பிள்ளைப்பேறு ஆகிய இயல்புகள், குருதி வெளிப்பாடு போன்றவை அவளுக்கு அச்சம் தருவதாக இருக்கக்கூடாது என்ற ஒரு நலம் சார்ந்த அழகியல் கூறின் வெளிப்பாடாகவும் சிவப்பு, பெண்ணுடன் நெருங்கிய தொடர்பாக்கப்படுகிறதோ?

பழங்குடி மக்களிடையே ஒருவனுக்கு ஒருத்தி என்ற பரிணாம வளர்ச்சி தோன்றியிராத நாட்களிலும் சில அனுபவங்களின் மீது நெறிகள் நிர்மாணிக்கப்பட்டிருக்கலாம். ஏற்கெனவே கருவுறச் செய்த நங்கை புனிதமானவளல்ல என்று உணர்த்துவதாக அவ்வடையாளம் இருக்கலாம் அல்லவா?

இத்தகைய சடங்குகள், ரிக் வேதப்பாடல்கள் காட்டும் ஆரியர் திருமண வழக்கங்களில் தெரியவில்லை. ஆனால், அடிமைகளாகப் பிற இனத்தாரிடம் இருந்து ஆரிய சமுதாயத்தில் வந்து சேர்ந்த 'வது'க்களை இங்கே நினைவில் கொண்டு வரலாம்.

ஆரியர் சிந்து-கங்கைச் சமவெளிகளில் ஊன்ற முனைந்த போது, பல இனக்குழுவினருடன் போராட வேண்டி வந்தது. தோற்றாலும், வென்றாலும், பரிசில்களாக அடிமைப்பெண்கள் இவர்கள் பக்கம் வந்தனர். தங்கள் எண்ணிக்கையைப் பெருக்கிக்

கொள்ள, இந்த அடிமைகளாகிய ‘வது’க்களுடன் ஆரிய நாயகர்கள், ரிஷிகள், தளபதிகள், தொடர்பு கொண்டனர். ஆண் மக்களை ஈன்ற ‘அடிமை’ வதுக்கள், ஆரிய மனைவியருக்குச் சமமாகச் சமுதாய மதிப்பையும் பெற்றனர்.

குங்குமத் தீற்றலை மணச்சடங்காக வழக்கில் கொண்டு வந்தவர்கள் அடிமைப் பெண்களாக இருந்து ‘வதுக்களாக’ அடையாளமிடப்பட்ட சடங்கைச் செய்தவர்களாக இருக்கலாம் அல்லவா?

எப்படியாயினும், இந்நாட்களில் இந்தியப் பெண் என்ற அடையாளச் சின்னமாக நெற்றிப் பொட்டு விளங்குகிறது. ஓர் அழகுக்கலைச்சின்னம் என்ற வகையில் இந்திய கிறிஸ்தவரும்கூட இந்தப் பொட்டுச்சின்னம் வைத்துக் கொள்கின்றனர். புருவ மத்தியில் வைக்கப் பெறும் பொட்டுச் சின்னமும், முன்னுச்சித் தீற்றலும் ஒரே அடிப்படையில் வந்ததா?...

இது புதிராகவே இருக்கிறது. குங்குமத்திலகம் பற்றி வேத காலப் பெண்ணின் அலங்காரங்களில் குறிப்பில்லை என்றே சொல்ல வேண்டும். என்றாலும், குங்குமப் பொட்டைப் பற்றிய பல்வேறு கருத்துக்கள் இந்நாட்டில் பாமரரிலிருந்து பண்டிதர் வரை நிலவுகிறது.

“பெண்கள் நெற்றியில் எதற்கு சிவப்புப் பொட்டு வைக்கிறார்கள்? சிவப்பு, தியாகத்தின் லட்சியம்; லட்சணம். இந்தியப் பெண்கள் தியாகத்தின் இருப்பிடங்கள். ஆண் எப்படியோ இருக்கலாம். இந்தியப் பெண்களின் தியாகத்தினால் தான் இந்த நாடு நிற்கிறது. இதை வலியுறுத்தத்தான் குங்குமப்பொட்டு” என்று ஒரு கிராமத்துப் பள்ளி ஆசிரியர் வலியுறுத்திப் பேசினார் ஒரு சமயம்.

“புருசன் தாலியையும், மடி தாறு போடும் சேலைக் கட்டையும் தானே கொண்டு வந்தான்? அவன் சாகும்போது அதைத் தொலைத்துக்கொண்டு போகட்டும்! தலை மயிரையும் குங்குமப் பொட்டையும் எதற்கு விட வேண்டும்?” என்று அந்தணக் குடும்பத்தில் பிறந்த என் பாட்டி கால மூதாட்டி கேட்டதுண்டு.

ஏன்? தலைமுடி மீட்கப்பட்டிருக்கிறது, என்றாலும் குங்குமத் தீண்டாமை தொலையவில்லை. நீலப் பொட்டு, கருப்புப் பொட்டு என்று அரைக்கிணறு தாண்டலிலேயே நிற்கிறோம்.

ஓ! புருவ மத்தியில்தான் மூலாதாரமான அவள் சக்தி நிலை பெற்றிருக்கிறது. அந்த இடத்தை உற்று நோக்கி எந்த ஆண் மகனும் அவளை வசியம் செய்யாமலிருக்கவே குங்குமப் பொட்டு

அணியப்படுகிறது என்று கருத்துரைத்தார் ஒரு பண்டிதர். அது கற்பைக் காக்கும் கவசமாக இருந்தால், புருஷன் இறந்த பின்னர் தானே அது தேவையாக இருக்கிறது? அப்படியானால் புருஷன் இறந்த பின், இன்னொரு ஆண் அவளை அடைவதில் தடை இருக்கக்கூடாது என்றல்லவா ஆகிறது?

இப்படி எதிர்க்கேள்வி விடுத்தால் சநாதன மரபுக் குடுக்கை களுக்குப் பேரதிர்ச்சியாக இருக்குமே? அதற்குத்தான் எல்லாம் எரிந்து பொசுங்கி விட்டதென்று பொருள்படும் திருநீற்றைத் தரிக்கச் செய்கிறார்கள்.

வாத்ஸ்யாயனரின் காமசூத்திரம் விவரிக்கும் அறுபத்து நான்கு கலைகளில் நெற்றித் திலகங்களின் வாயிலாகக் காதலர் செய்திகள் பரிமாறிக்கொள்ளும் கலை பற்றிச் சொல்லப்படுகிறது. ஆனால் வாத்ஸ்யாயனரின் காலம், பிற்பட்ட குப்தர் காலமாகிறது. வாசவதத்தை என்ற நாடகக் காவியத்தில் இம்முறைத் தூது விவரிக்கப்படுகிறது. அரசனின் மனைவிக்குத் 'தோழி'யாகப் பணிபுரியும் வாசவதத்தையை அரசன் காதலிக்கிறான். மனைவிக்குத் தெரியாமல் இக்காதலர்கள் சந்திப்பதற்கான நேரம், இடம் ஆகிய குறிப்புகளை, மனைவியின் நெற்றியில் மாற்றி மாற்றித் திலகம் இட்டே பரிமாறிக் கொண்டனர்.

இதிகாச காலக் காவியப் பெண்களின் சித்திரிப்புக்கும், அவற்றை ஒட்டிய பிற்காலத் தமிழ் வடிவக் காவியப் பெண்களின் சித்திரிப்புக்கும் இடையே உள்ள வேற்றுமைகள்கூட நம்மைக் கவருகின்றன.

ஒரு சிறு எடுத்துக்காட்டாக கைகேயி, தசரதனிடம் வரம் பெறுமுன், தன் கோலங்களைக் களைந்து சோக வடிவுள்ளவளாகக் கிடந்த நிலையைப் பார்க்கலாம்.

வால்மீகியின் சித்திரிப்பில் கைகேயி கூந்தலை ஒற்றைப் பின்னலாகப் போட்டுக்கொண்டு கிடந்தாள் என்றும் கம்பனின் சித்திரிப்பில் அவள் திலகத்தை அழித்துக்கொண்டாள் என்றும் பார்க்கிறோம். இந்த மாறுதல்கள், கணவனுடன் வாழும் நிலையின் முக்கியத்துவம் வாய்ந்த சின்னங்களைத் தெரிவிக்கின்றன.

கம்பர் திலகத்தை அழித்ததாகக் குறித்திருப்பது, பின்னால் அவள் மங்கலமிழக்கப் போவதைச் சூசகமாக அறிவிப்பதாகவும் விளக்கவுரை கூறுகிறது.

திலகத்தின் பயன்பாடு அழகுக் கலைக்குறிக்கும்; 'புருஷன்' என்ற மிகப் பெரிய அழுத்தமான சார்புப் பிணைப்புச் சின்னத்துக்கும் சம்பந்தம் இருக்கிறதா?

20

புராணப் புதைகுழியில் மூடப்படும் நட்சத்திரங்கள்

சதிக் கொடுமையைத் தலைகுனிந்து ஏற்ற பெண்கள், கைம் பெண்ணாக உயிர் வாழும் கொடுமையை எண்ணியே ஏற்றனர் என்பதும் ஒரு காரணம் என்று சொல்லப்படுகிறது.

ஒரு மனைவி தன்னை எல்லாவிதக் கொடுமைகளுக்கும் உள்ளாக்கும் கணவனுக்கு உணவு படைக்கும்போது, நஞ்சிட்டு அவனைக் கொன்றுவிடலாம் என்று நினைக்குமளவுக்குக் குடும்பத்திலும் கொடுமைகள் ஆழ்ந்திருந்தன. ஆனால் அவள் அப்படிச் செய்ய ஒரு போதும் துணியமாட்டாள். ஏன்? கைம்பெண்ணாக வாழ நேரும் கொடுமை இதை விடப் பல மடங்குகள் அதிகத் துயரம் வாய்ந்ததாயிற்றே!

சங்கராச்சாரிய மடத்துக்கும், கைம்பெண்களை முண்டிதம் செய்யும் கொடுமைக்கும், அதிலும் சில பிரிவினருக்கு விதி விலக்கு அளிப்பதற்கும் என்ன தொடர்பென்று அறியத் தோன்றுகிறதல்லவா? உண்மையில், ஏழாம் நூற்றாண்டிலோ எட்டாம் நூற்றாண்டிலோ, தாய்வழிச் சமுதாய மரபுடைய கேரளத்தில் தோன்றிய ஆதிசங்கரர், இப்படி ஒரு கொடிய வழக்கத்தை நெறிப்படுத்துவதற்குக் காரணமாக இருந்தாரா? இப்படிக் கேட்காமலே பெண்குலம் பல நூற்றாண்டுக்காலம், இந்து சநாதன சமுதாயம் விதித்த இந்தக் குரூரக் கொடுமையைத் தலைகுனிந்து ஏற்றுக் கொண்டிருந்தது. சதி, கைம்பெண் என்ற அவலங்களை எதிர்த்து, பழைய நாட்களில் குரல் கொடுத்தவர்கள் இல்லாமல் இல்லை. மனு மற்றும் பல ரிஷிகள் பெயரால், சநாதனங்கள் பெண்ணைக் கீழ்முகமாக அழுத்தி நசுக்கியபோது, 'காதம்பரி' என்ற நாவல் போன்ற காவியத்தை எழுதிய சமஸ்கிருத கவி பட்டபாணர், பெண்ணை நெருப்பில் போடும் கொடுமையையும் கைம்மைக் கொடுமையையும் எதிர்த்தார். "இது கொலைக்குரிய பாவம்" என்று கண்டித்திருக்கிறார்.

தந்திரவாதிகளும் (மஹா நிர்வாண தந்திரம்) பெண்ணைத் தெய்வீக வடிவினர் என்று போற்றி, அவளைச் சிதையில் வைத்து எரிப்பவர்கள் மிகக் கொடிய நரகத்துக்குரியவர்கள் என்று கண்டனம் செய்திருக்கின்றனர். ஆனால் சநாதன வெறியர் இவ்வெதிர்ப்புக் குரல்களைப் பொருட்படுத்தியிருக்கவில்லை.

ஆதிசங்கரரின் வரலாறு, தெளிவாக ஆராயப்பட்டிருக்க வில்லை. வரலாற்று உண்மைகள் புராணப் புதைகுழியில் மறைக்கப்பட்டு மேலே அறிவுக்குப் பொருந்தாப் புளுகுகள் கற்பிக்கப்பட்டிருக்கின்றன. “இந்தியாவில் தாயர் உரிமை” (Mother Right in India) என்ற நூலில் மானிட இயல் வரலாற்றறிஞர் ஓ.ஆர். எஹரன் ஃபெல்ஸ் (O.R. Eherenfels) இந்தியாவில் தாய்வழி மரபுக்கு எடுத்துக்காட்டாக வாழ்ந்த கேரள நாயர் இனத்தாரைக் குறிப்பிடுகிறார். அவர்கள் சிந்துவெளி நாகரிக இனத்தாருடன் தொடர்புடையவராக இருக்கலாம் என்று சான்றுகள் கொடுக்கிறார். ஏனைய எல்லா இடங்களிலும் இஸ்லாமியப் பெண்கள் பர்தாவுக்குள் முடக்கப்பட்டாலும் கேரளத்தில் அவ்வழக்கம் இல்லை.

இந்தத் தாய்வழிச் சம்பிரதாயம் பெண்ணைக் கற்புக் கூட்டுக்குள் முடக்கவில்லை. அவளைப் புருஷன் வீட்டுக்கு ஊழியம் செய்ய வழிகோலவில்லை.

இந்தத் தாயுரிமையை மாற்றி, தந்தை வழி நாகரிகத்தை, வடக்கிலிருந்து வந்த பிராமணராகிய நம்பூதிரி இனத்தார் கொண்டு வந்தனர். நாயர் மகளிருக்குச் சொத்துரிமை இருந்தது. நம்பூதிரி இளைஞர் அவர்களுடன் சம்பந்தம் செய்து கொண்டனர். ஆனால், பூப்படையும் முன் திருமணம் செய்யாவிட்டால் பெண் தூய்மையற்றவளாகிறாள் என்ற பிராமண சநாதன விதியைப் பரப்பி, நாயர் குலப் பெண்களுக்கும் தாலி கட்டும் சடங்கைக் கொண்டு வந்தனர். சிறுமிகளாகப் பலரை உட்கார்த்தி வைத்து, ஓர் ஆண் தாலி கட்டி விட்டுப் போவான். பிறகு வயது வந்த நிலையில் அப்பெண்கள் விருப்பமானவருடன் தொடர்புகொண்டு கணவன் மனைவியாக வாழலாம்.

இந்தியா முழுவதுமான, இந்தத் தந்தையாண் மரபு தாயாண் மரபு வழக்கங்களை வீழ்த்த, மூன்று வழிகள் கையாளப்பட்டன.

1. கல்வி செல்வம் வயது மதிப்பு எல்லாவற்றிலும் ஆணை உயர்ந்த நிலையில் வைத்து, பொம்மை போல ஒரு பெண்ணைக் கட்டுதல் (Hypergamy).
2. குழந்தைத் திருமணம்.

3. கைம்மை நிலை

இவ்வாறு ஒடுக்கப்பட்டு, நம்பூதிரி இனத்தாரில் மூத்த மகன் மட்டுமே கொள்ளக்கூடிய 'அந்தர்ஜனமாக' நம்பூதிரி இனத்தில் பெண் உருவானாள்.

ஆதி சங்கரரின் வரலாறு, பிறப்பு பற்றிய செய்திகள் வெளி உலகுக்குச் சரியாகத் தெரிவிக்கப்படவில்லை. எனினும், தாய் ஆர்யாம்பாள், கணவனை இழந்து, தன்னந்தனியே, சமுதாயத்தால் ஒதுக்கப்பட்ட நிலையில் மகனுடன் வாழ்ந்ததாக வரலாற்றிழைகள் தெரிவிக்கின்றன. எனவே, தம் மகன் துறவு மேற்கொள்வதாகக் கூறியபோது, எஞ்சிய காலத் தனிமையும் அந்திம கால நினைவும் அவரைக் கவலை கொள்ளச் செய்தன. ஆனால், சங்கரர் இறுதிக் காலத்தில் தம் அன்னைக்கு அந்திமக்கிரியை செய்ய வருவதாக வாக்களித்தார்.

இந்திய வேத மரபில், வாழ்க்கையின் முதற்படியில் துறவு முதன்மைப் படுத்தப்பட்டிருக்கவில்லை. சமண-புத்த சமயங்களில்தாம் துறவு நெறி கோலோச்சி இருந்தது. சங்கரர், இளம் வயதிலேயே துறவு நெறி மேற்கொண்டு, வேத சமயத்துக்குப் புத்துயிர் அளிக்கும் வகையில் மடங்களை நிறுவியதற்கும், சமண-பௌத்த மதங்களின் செல்வாக்கை ஒடுக்க வேண்டும் என்பதே காரணமாக இருந்தது என்றும் கூறலாம். மக்களை ஈர்ப்பதற்காகவே, துறவு நெறி பூண்டு, அத்வைத சித்தாந்தத்தை நாடு முழுதும் பரப்பினர்.

ஆதி சங்கரருடைய வரலாற்றில் அக்கால மகளிர் நிலை பற்றிய அற்புதமான உண்மைகள் தெரிய வருகின்றன. அவருடன் வாதிட வந்த மண்டனமிசிரரின் மனைவி சரஸவாணி, கல்வியறிவும் ஞானமும் ஒருங்கே அமைந்த பெண்மணியாகத் திகழ்கிறாள். தம் கணவருடன் வாதிட வந்த சங்கரரை வரவேற்று நடுவராகவும் அவர் பொறுப்பேற்றிருக்கிறார். இருவர் கழுத்திலும் ஒரு மாலையை அணிந்து கொள்ளச் செய்கிறாள். எந்த மாலை முதலில் வாடத் தொடங்குகிறதோ, அவரே தோற்றவராகிறார்; அதாவது மன இறுக்கம் காரணமாக அதிகமாக வெம்மை வெளிப்படும்போது, உடலில் படும் மலர்மாலை வாடத் தொடங்கும் என்பது உண்மை.

மண்டனமிசிரரின் மாலை வாட, அவர் தோல்வியை ஒப்புக்கொண்டு சங்கரரின் அடி பணிந்து தம்மை ஒப்பந்தப்படி சீடராக ஏற்றுக்கொள்ள வேண்டுகிறார். ஆனால், சரஸவாணி இதை ஏற்கவில்லை. இந்து தருமப்படி, கணவன்-மனைவி

இருவரும் சேர்ந்தே ஒரு முழு அங்கமாகின்றனர். எனவே, அவரை மட்டும் வாதில் வென்றால் போதாது. சங்கரர் அவளையும் வெல்லாமல் மண்டனமிசிரரை மட்டும் துறவு நெறிக்கு இழுப்பது நியாயமும் அல்ல; தருமமும் அல்ல. எனவே எனது வினாக்களுக்கு நீங்கள் சரியான விடையளித்தாலே வென்றவராவீர். பின்னர் என்னையும் உங்கள் துறவு நெறியில் ஏற்க வேண்டும் என்று விதிக்கிறாள்.

இந்தச் சரஸவாணியின் ஞானமும் புத்திக்கூர்மையும் நம்மை வியக்கச் செய்கின்றன. பெண்களுக்குக் கல்வி மறுக்கப்பட்டு, அவர்களை வெறும் பாவைகளாக்கித் தீர்த்த சமுதாயத்தின் பிரதிநிதி அல்ல அவள்.

சரஸவாணியின் வினாக்களுக்கு உடனே விடையளிக்க இயலாத சங்கரர், உலகியல் ஞானம் பெறச் சென்றார் என்றும், பின்னரே அவளையும் வென்றார் என்றும், மண்டனமிசிரரே சுரேந்திராசார்யர் என்ற சீடராக விளங்கினார் என்றும் வரலாறு உரைக்கிறது. சரஸவாணியும் அவருடன் ஒரு தாய் என்ற உறவோடு சீடர்களுடன் குடும்பம் விட்டு ஏகினள் என்றும் தெரிய வருகிறது.

ஆனால் ஆதி சங்கரரின் வரலாற்றில் சரஸவாணி பற்றிய விவரங்கள் முழுவதுமாக மறைக்கப்படுகின்றன. அவள் சரஸ்வதியின் அவதாரம் என்ற தெய்வச் சிமிழில் அடைக்கப்படுகிறாள். தப்பித் தவறி ஒரு நட்சத்திரம், கருமைகளை மீறி ஒளிர முகம் காட்டினாலும், அவள் மானுட வடிவல்ல; மானுடப் பெண்ணால் எட்ட முடியாத தெய்வீகம் என்ற அறிவுறுத்தலுடன் அந்த ஒளிர்வு அசாதாரணப் பட்டில் மூடிப் புதைக்கப்பட்டது. பெண்ணின் அறியாமை, அத்துணை பத்திரமாகப் பாதுகாக்கப்பட்டிருக்கிறது!

ஆதி சங்கரரின் வாழ்க்கை வரலாற்றில் அவர் இறுதியில் அன்னைக்கு அந்திமக் கிரியைகள் செய்ய வந்த விவரங்கள் இன்னும் சில ஐயங்களைக் கிளப்புகின்றன. நம்பூதிரி சமுதாயம், அவர் அன்னைக்குக் கிரியைகள் செய்வதை ஏற்கவில்லை. துறவி, பற்றற்றுப் போனவன், அவனுக்கு அன்னை ஏது? கருமம் ஏது என்று அந்தப் பிராமணர்கள் எதிர்த்தார்கள் என்றும், சங்கரர் தாமே எரியூட்டித் தாய்க்கு அந்திமக் கிரியைகளைச் செய்தாரென்றும் வரலாறு தெரிவிக்கிறது. அந்தப் பிராமண சாத்திரங்களை அவர் தகர்த்தெறிந்தார். சங்கரரின் அத்வைத சித்தாந்தம், அவர் பிறந்த கேரளத்தில் ஊன்றிப் பரவவில்லை. பிறந்த இடத்தில்

அவர் பெரும் புகழ் அடையவில்லை. எனவே, ஆதி சங்கரரின் அன்னை தலை முண்டிதம் செய்து கொண்டதாகவோ, அப்படி ஒரு விதியை அவர் ஏற்படுத்தினாரென்றோ கொள்வதற்கு ஓர் எள்ளளவு ஆதாரம் கூட இல்லை.

பின், இந்த இருபதாம் நூற்றாண்டுச் சங்கர பீடங்கள் இப்படி ஒரு பெண் கொடுமையை வலியுறுத்துவானேன்?

சமணம், அந்நாட்களில் பெண்களுக்குத் துறவை அனுமதித்து, பெண்ணுக்கு இல்லமே குறிக்கோள் என்பது இல்லை; அவரும் துறவு பூண்டு 'வீடு' பெறலாம் என்று உரிமை வழங்கியது. இந்த சமணத்துறவிகள், முடியை இழந்து (தாமாகவே பிடுங்கிக் கொள்ளும் கொடுமை வேறு), கடுமையான விரதங்களுக்கும் சோதனைகளுக்கும் தம்மை உட்படுத்திக் கொண்டனர்.

இந்த வகையில் தாங்களும் பெண்ணுக்குத் துறவுரிமை போன்று உயிர் வாழ உரிமை கொடுக்கலாமே? சிதையில் எரிய விடுவதையும் விடலாமே? சநாதனிகளின் குரூரச் சிந்தைக்கு, இவ்வழக்கு ஒரு கல்லில் இரண்டு மாங்காய் பலனாக விளைந்தது. இளம் கைம்பெண்களை முடியைப் பற்றி இழுத்து முண்டனம் செய்து, அலங்கோலமாக்குவதன் வாயிலாக, தங்கள் 'வதைவெறியை'த் தீர்த்துக்கொண்டது சநாதன ஆணாதிக்கம். இவ்வழக்கு தரும சாத்திரங்களில் பொறிக்கப்பட்டது. இந்தப் பொய்ச் சாத்திரங்களுக்கு, சங்கரர்-குருபீடங்களில் அமர்ந்தவர்கள், தங்களைத் (அ)தருமாதிகாரிகளாக நியமனம் செய்து கொண்டு பாலனம் செய்து வந்திருக்கிறார்கள்.

ஆனால், வைணவ நெறியைக் கடைப்பிடிப்பவரான ஆதி மரபினரான தொன்மைத் தென்கலையார், சமண சமயத்தினருக்கு உரிய நெறிகளை மூர்க்கமாக எதிர்த்தார்கள். எனவே, கைம்பெண்களின் தலை தப்பியது. அந்த மரபில், கணவரை இழந்ததற்காக எந்தப் பெண்ணிடமிருந்தும் முடி வாங்கப்படக்கூடாது, அப்படிச் செய்பவர், நரகத்துக்குச் செல்வர் என்று வைணவ தரும சாத்திரங்கள் எழுதப்பட்டன.

ஆனால் அவர்களிலிருந்து பிரிந்து வந்த வடகலை என்ற சீர்திருத்தப் பிரிவினர், அவர்களுக்கு எதிரான சாத்திரங்களை நிலைநாட்டினார்கள். அதாவது, பெண்களின் உரிமைகளைப் பறித்து அலங்கோலம் செய்வதில், (ஸ்மார்த்த) சைவப் பிரிவினரின் சாத்திரங்களை வற்புறுத்தி, சைவ வைணவ ஒருமைப்பாட்டை நிலை நாட்டினார்கள்! 'இந்திய நாகரிகத்தில் மகளிர் நிலை'

என்ற தம் நூலில், டாக்டர் அல்டேகர் என்ற வரலாற்றாசிரியர் மகளிருக்கு இழைக்கப்பட்ட இக்கொடுமைகளைப் பற்றி மிக விரிவாக ஆராய்ந்து இத்தகவல்களைக் கொடுத்திருக்கிறார்.

21

நித்ய சுமங்கலிகள்

"ஸுமங்கலி ரியம் வதூரிமாம் ஸமேத பச்யத
ஸௌபாக்ய மஸ்யை தத்வாயா யாஸதம் விபரேதன"
என்ற வரிகளையும்,
"தசாஸ்யாம் புத்ரானாம் தேஹி பதிம் ஏகாதசம் க்ருதி!"
என்ற வரியையும் இணைத்த ஒரு மங்கள வாசகம், இன்றும் நம் புரோகிதர்களால், சுபத்தைக் குறிக்கும் எல்லா நிகழ்ச்சிகளிலும் சொல்லப்படுகிறது.

முதல் இரண்டு வரிகளுக்கு இதுதான் பொருள்.

"எல்லா மங்கலங்களும் பொருந்திய இந்த மணப் பெண்ணைப் பாருங்கள்! நீங்கள் யாவரும் இவளுக்கு எல்லாப் பேறுகளும் இசையட்டும் என்று வாழ்த்தி உங்கள் இடங்களுக்குச் செல்லுங்கள்"

இரண்டாம் அடிக்கு, "இந்தக் கணவனுக்குப் பத்துப் புதல்வர்களைப் பெற்றுத் தருவாய்! பின்னர், அவனை உன் பதினோராவது புதல்வனாக ஏற்றுக் கொள்வாய்?" என்று பொருள்.

இந்த மங்கள வாசகம், திருமண நிகழ்ச்சிகளில், 'ஆசீர்வாதம்' என்ற 'மொய்' எழுதும் சடங்கில் சொல்லப்படுகிறது; ஏற்றுக் கொள்ளலாம். ஆனால், இறந்தவருக்குச் செய்யும் ஈமக்கடன், திதி போன்ற சடங்குகளுக்குப் பின் சொல்லப்படும் 'சுப நிகழ்ச்சிக்கும் இதுவே மங்கள வாசகமா?' சுவாமிக்கு அர்ச்சனை செய்து குருக்கள் தேங்காய் மூடிப் பிரசாதம் தரும்போதும் இதே வாசகமா? 'பத்துப்பிள்ளை பெற்ற பின் பதினோராவதாக உன் கணவனைப் புதல்வனாகக் கொள்' என்ற வாசகத்துக்கும் தேங்காய் மூடிப் பிரசாதத்துக்கும் என்ன சம்பந்தம்?

இதையெல்லாம் 'ஸ்த்ரீகள்' கேட்கலாகாது.

இப்படிக் காலம் காலமாகப் புரோகித வர்க்க ஆதிக்கம், ஆண் ஆதிக்கத்தின் ஆளுகையில் கோலோச்சி வந்திருக்கிறது. ரிக்

வேதத்தில், சூரியாவுக்கும் ஸோமனுக்கும் நிகழ்வதான திருமண நிகழ்ச்சியில், 'ஸுமங்கலியிடம் வது' என்ற அடிகள் வருகின்றன. மணப்பெண் கணவன் வீட்டுக்குப் போகிறாள்.

இந்த இடப்பெயர்ச்சியே, திருமணத்தின் முக்கியமான சடங்கு; இவளை 'அசுவினி தேவர்கள்' தேரில் வைத்து ஓட்டிச் செல்கின்றனர். புதிய வீட்டில் இவள் அடி வைத்ததும், அந்த வீட்டின் பொறுப்பை ஏற்றுக்கொள்ள வாழ்த்தும் மங்கள வாசகங்களுடன் கூறப்படும் அறிவுரை – பத்துப் புதல்வர்களும் பதினோராவது பிள்ளையுமான சங்கதி.

தாயாண் சமுதாய வழக்கத்தில் 'பெண்' நகரமாட்டாள். பெண்ணை இன்னொரு வீட்டுக்குப் பெயர்த்துப் பிறந்த வீட்டுக்கு அவளை அந்நியமாக்கும் நிகழ்ச்சியையே திருமணமாக ரிக் வேதம் காட்டுகிறது. வேறு எந்தச் சடங்கும் அதில் இல்லை.

இந்தச் 'சுமங்கலி' திருமணமான பின் இன்று சொல்லப்படும் மஞ்சள், குங்குமம், தாலி, மெட்டி, வளையல், பூவென்ற வெளித் தோற்றங்களால் அறியப்பட்டவள் அல்ல. 'மங்கலங்கள் உடையவள்' என்று இங்கே அறியப்படுவது – அவள் ஆரோக்கியம், இளமை, மண வாழ்வின் பேறுகளை எய்துவதற்குரிய வளர்ச்சித் தகுதிகள் ஆகியவைதாம். 'இவள் கணவன் வீடு செல்கிறாள். இத்தனை நாட்கள் சொந்தமாக இருந்து பழகிய இடத்தை விட்டுப் பெயர்ந்து புதிய இடத்துக்கு உரியவளாகப் போகிறாள், ஊராரே வந்து வாழ்த்தி விட்டுச் செல்லுங்கள்' என்று சொல்லப்படுகிறது.

ஆனால் இந்தச் 'சுமங்கலி' என்ற பதம், இன்று பெண்ணின் வாழ்க்கையில், ஆளுமையில், கருத்தில், மிகப் பெரியதொரு தாக்கத்தைக் காலம் காலமாக ஏற்படுத்தி வந்திருக்கிறது.

'பெண் கற்புடன் இருக்க வேண்டும். அவளுக்கு மடமையே அணிகலம். கணவனுக்கு ஆண் மக்களைப் பெற்றுக் கொடுத்துக் கொண்டு அடுப்படியில் உழலலாம்' என்ற சாத்திரத்தில் பெண் கட்டுப்படுத்தப்படுகிறாள். ஆனால் அதே சமயம், அறிவும் கல்வியும் ரசிகத்தன்மையும் உடைய ஓர் ஆண், ஒரு பெண்ணை அவளது திறமைகளுடன் அனுபவிக்க இடம் இல்லாமல் போகுமே? அப்சரஸுகள் – தேவலோக மாதர், ஆடல் பாடற் கலைகளில் வல்லவர்கள் வேதம் காட்டும் சான்றுகளில் சுதந்திரமானவர்களாகவே காட்டப்படுகிறார்கள். ஊர்வசிக்கும் மண்ணுலக மன்னன் புரூரவனுக்குமிடையே ஏற்பட்ட காதலை அழகிய பாடல்கள் சித்திரிக்கின்றன. நாடக பாணியில் அமைந்த

இந்த ரிக் வேதப் பாடல்களே பிற்காலத்தில் காளிதாசன் புகழ் பெற்ற விக்ரம ஊர்வசிய நாடகத்தை உருவாக்கத் தூண்டுதலாக இருந்தன எனலாம். இந்த மாதருக்கு மக்களைப் பெற உரிமை இருந்தது. சங்கத் தமிழ் இலக்கியங்களிலும், இத்தகைய மரபினரான பாணர், கூத்தர் என்ற மக்களைப் பற்றிய செய்திகளைக் காண்கிறோம். இவர்கள் நாடோடிகளாக, ஆணும் பெண்ணும் சமுதாயம், அரசன், தெய்வம் என்ற நோக்கில் இன்றியமையாத வழிபாடுகளில் ஆடல்-பாடல் என்று முதன்மை பெற்றிருந்தனர்.

இந்த ஆண்-பெண் என்ற மரபிலிருந்து பெண்ணை மட்டும் பொதுமகளாக்கக் கூடிய கூறுகள், கோயில் ஆகமங்கள் தோன்றிய காலத்தில் வந்துவிட்டன. இவள் கடவுளையே நாய்கனாகக் கொண்டு தன்னை அவன் பணிக்கே ஆட்படுத்தும் சடங்குகள் தீவிரமாயின. சுமங்கலி-ஆம். இவள் நித்ய சுமங்கலி. இவளுடைய நாதனாகிய இறைவனுக்கு இறப்பு கிடையாது. ஆனால் இவள் கற்பு? கற்பு, குடும்பம், மக்களின்பம் எதுவும் இவளுக்குக் கிடையாது. மன்னர்களும், செல்வர்களும் இவள் உடலை உரிமையாக்கிக் கொள்ளலாம். கோயில் ஆகமம் என்ற உரிமையில், குருக்களும் இவள் உடலுக்கு உரியவரே.

இப்படிக் கடவுள் நாயகியாகி, விலைமகளிர், பொதுப் பெண்டிர், பரத்தையர் என்ற வர்க்கம் சமுதாயத்தில் ஆணின் இன்பங்களுக்காகவே என்று நியாயப்படுத்தப்பட்டது.

இவர்களுக்குத் திருமணம் கிடையாது. எனவே, கனி நல்கும் உரிமை மறுக்கப்பட, மலர்களாகவே சயன அறைகளை அலங்கரித்துவிட்டு இறுதியில் வீசியெறியப்படும் நிலையில் வீழ்ந்தார்கள். கடவுளுடன் தொடர்புபடுத்தும் கலாசாரங்கள், சதை வாணிபத்துக்கே இடமளித்தது கண்டு மனம் நொந்த, தமிழ்நாட்டு முத்துலட்சுமிப் பெருமாட்டி, தேவதாசி ஒழிப்புச் சட்டத்தைப் பலத்த எதிர்ப்புகளிடையே கொண்டு வந்து, இந்த ஈனத்தொழிலைக் கடவுட் சன்னதியிலிருந்து ஒழித்தார். ஆனால், இன்று தேவதாசி முறை இல்லை. இது போல் சதை வாணிபம் ஒழிந்ததா? இதை நியாயப்படுத்தும் கருத்துகள் அகற்றப்பட்டிருக்கின்றனவா? இல்லை.

ஆடல், பாடல் கலைகள் மிக உன்னத நோக்கைக் கொண்டவை, அவை எங்கும் நிறை நாதப் பிரும்மத்துடன் ஒன்றைச் செய்யும் இறைத் தத்துவத்தை ஆதாரமாக்குகின்றன. காட்டியம் என்பது வெறும் உடல் பரமானது அல்ல, அது

ஆன்மீக ஐக்கியத்தைக் குறிக்கோளாகக் கொண்டது என்றெல் லாம் விளக்கங்கள் கொடுக்கப்படுகின்றன. ஒரு கருத்து, தத்துவமாக்கப்பட்டு, பல அரிய விளக்கங்களுடன் அது மக்களிடையே நிலை நிறுத்தப் பெற்று பண்பாடாக மேலும் மேலும் மக்களின் வாழ்வியலிலும் நிலைபெற்று விடுகிறது.

இது காலந்தோறுமான சமுதாய வளர்ச்சியில் கலாசாரப் பண்பாட்டின் ஓர் அம்சமாகவே இசைந்திருக்கிறது.

சிப்பிக்குள்ளே சேர்ந்த சிறு உறுத்தலே முத்தாகப் பரிணமிப்பது போல், இந்தக் கலைகள் இன்று மிக உயர்வான பண்பாசாரங்களைத் தோற்றுவித்திருக்கின்றன. இதை மறுப்பதற் கில்லை. எனவே, இன்று அவற்றை மக்களின் வாழ்விலிருந்து கிள்ளியெறிய முடியாதுதான். இன்று அது வெறும் உறுத்தலல்ல. நல் முத்து. எனவே, இக்கலை ஒரு ஈனத் தொழிலுடன் சம்பந்தப்பட்டதாக இருக்கக்கூடாது என்பதற்காகவே, நாட்டியம், இசை என்ற நுண்கலைகளைப் பரவலாக எல்லோருக்கும் உரித்தாக்க, அவற்றின் மீதிருந்த தேவதாசி முத்திரைகள் அழிக்கப் பெற்றன.

ஆனால், இன்று நிலைமை என்ன?

இந்த அனைத்துக் கலைகளும், பெண்ணின் உடலை வாணிபப் பொருளாக்குவதில், மனதால் நினைக்க முடியாத விரசத்துக்கு அவளைக் கொண்டு சென்றிருக்கின்றன.

நடராசப் பெருமானே காலை ஆகாயத்துக்குத் தூக்கி, போட்டியாக ஆட வந்த தேவியை உடல்பரமாக்கிக் காட்டி விட்ட பிறகு, பெண் நாட்டியம் ஆடுவது, உடல்பரமான கருத்துகளை வெளியிடத்தான் என்று தீர்ந்து விடவில்லையா?

கீழான வணிக நோக்குடன் பெண்ணுடலை விளம்பரம் செய்யும் புதிய உத்திகளும்கூட 'கலை' என்ற பெயரில், நிலைப்படுத்தப்படுகின்றன. இன்றைய மக்கள் தொடர்பு சாதனங்கள் அனைத்தும், தம் நவீனமான உத்திகளுக்கு, பெண்ணுடலையே ஆட்படுத்திக் கொண்டிருக்கின்றன. எதுவரை ஆன்மீகம்? எது விரசம் என்று கோடு கிழிக்க முடியாதபடி, புதிய புதிய விளக்கங்கள் வாணிப மூளையின் ஒரு பக்க வளர்ச்சிக்குச் சான்றாக இருக்கின்றன. தேவதாசி, சம்பிரதாயம், மரபு, ஒழுங்கு என்ற வரையறைகளில் கட்டுப்படுத்தப்பட்டிருந்தாள், அவளுடைய திறமைகள், சமுதாயத்தில் செல்வாக்குடைய வர்க்கத்தாருக்கே உரியவையாக இருந்தன. ஆனால் இந்நாளில், பெண் 'கலை' என்ற கவர்ச்சியில் இழுக்கப்படுகிறாள். வறுமை,

மிடிமைகளுக்கு அது மாற்றாகத் தன்னை உன்னதத்தில் ஏற்றி வைக்கும் என்ற மாயை ஆசைகளால் கவரப்படுகிறாள். மயக்கம் தெளியும்போது உடல் வாணிபப் படுகுழியில் கண் விழித்திருப்பதை உணருகிறாள்.

கோயிலைச் சுற்றிய தேவதாசித் தெருக்களும், வாணிப வீதிகளில் பரத்தையர் இருப்பிடங்களும் இருந்த காலங்களை விட, இன்று பெண், அதிகமாக நட்சத்திர விடுதிகளிலிருந்து நாலாந்தரச் சந்து இருட்டறைகள் வரையிலும் வாணிபப் பொருளாகச் சீரழிக்கப்படுகிறாள். முத்துலட்சுமி அம்மை, இப்படி நடக்கும் என்று நினைத்திருப்பாரோ? 'மது, மாது, சூது' என்ற நச்சு வளையம் இவளையே மையமாக்குவது தவிர்க்கப்பட்டிருக்கிறதோ?

22

கண்ணைக் குத்தும் கை

“பெண்ணுக்குப் பெண்ணே எதிரி! மாமியாரே மருமகளைக் கொடுமைப்படுத்துகிறாள்; மாமனார் இல்லை. வரதட்சணை கேட்பவளும், கொலை வரை கொண்டு செல்பவளும் மாமியாரே! இப்படிச் சொல்பவர் யார்? மாதர் மாநாட்டில் பெண் அமைச்சர்தான்.”

கொட்டைத் தலைப்புடன் கண்களைப் பறிக்கும் எழுத்தாகப் பத்திரிகைச் செய்தி பெண்களின் நெஞ்சில் இடிக்க அறிவுறுத்துகிறது.

இந்த (வாணிபப்) பத்திரிகைக்காரக் கும்பலுக்கு எந்தச் சேதியிலும் கவர்ச்சி, விறுவிறுப்பு, கிளுகிளுப்பு முக்கியம். ‘பெண்’ பற்றிய செய்திகள் இதனாலேயே முக்கியத்துவம் பெறுகின்றன. “ஆபாசச் சுவரொட்டிகளைக் கிழிக்கப் பெண்கள் படை திரண்டு சென்றார்கள்” என்ற செய்தியை, இதில் கல்லூரி மாணவிகளும் ‘சிக்’கென்று உடையணிந்து சென்றார்கள் என்று போடுவார்கள்.

ஒரு மாநாட்டில், ஊதியமில்லாமல் உழைக்கும் பெண்களின் நிலை பற்றிய பேச்சு வந்தது. உழைக்கும் மகளிர் என்று குறிப்பிடப்படுவதனால் உழைக்காத மகளிர் என்று ஒரு பெருங்கூட்டம் இருப்பதாகத் கொள்ளலாகாது. பொருளாதாரம் மிஞ்சிய மேல் மட்டங்களில் சதை கொழுக்க மேனி நலுங்காமல் பொழுது கழிக்கும் பெண்கள், ஒரு சிறு விழுக்காட்டினரை வேண்டுமானால் உழைக்காத மகளிர் என்று கொள்ளலாம்.

உழைக்கும் மகளிர் என்று நாம் இக்காலங்களில் குறிப்பிடும் பெண்கள் வீட்டுக்கு அப்பால் ஒரு குறிப்பிட்ட அலுவலகம் அல்லது வேலைத்தளம் சென்று உழைத்து, அதற்கான ஊதியம் பெறுவோர் ஆவர். ஆனால், இவர்கள் தவிர இலட்சோப லட்சமாகப் பெண்கள், காலையில் கண் விழித்ததில் இருந்து

படுக்கும் வரை உழைக்கிறார்கள். அடுப்படியில் வேகிறார்கள்; மாட்டுக் கொட்டிலில் சாணி வாரிப் பெருக்கி மெழுகிக் கழுவுகிறார்கள்; பல காதம் நடந்து சென்று, தண்ணீர் சுமந்து வருகிறார்கள்; துணி துவைக்கிறார்கள்; பெட்டி போடுகிறார்கள்; அரைக்கிறார்கள்; புடைக்கிறார்கள்; ஊடே நூல் சுற்றுகிறார்கள்; தறி போடுகிறார்கள்; நோயாளிகளுக்குப் பணி செய்கிறார்கள்; குழந்தைகளைப் பராமரிக்கிறார்கள்; தைக்கிறார்கள்; வலை பின்னுகிறார்கள்... இப்படி அடுக்கிக் கொண்டே போகலாம்.

மண்பாண்டம் செய்வதையும் தோலை ஆடையாகத் தைப்பதையும் கண்டுபிடித்துச் செய்தவள் பெண்ணேதான். தன் உபயோகத்துக்கு என்று செய்யத் தொடங்கி, பண்ட மாற்று முறையில் இந்தப் பயன்களை ஒருவருடன் மற்றவர்கள் என்று பரிமாறிக் கொள்வதற்கும் பெண்ணே வழி வகுத்தாள். முப்பது, நாற்பது ஆண்டுகளுக்கு முன் வரையிலும் கூடக் கிராமங்களில், கூடையில் கறிவேப்பிலை, கொத்துமல்லி, கீரை என்று வீட்டுப் பண்டங்களை வசதி படைத்த வீட்டு மகளிரிடம் கொடுத்து விட்டு அதற்கு ஈடான பிடி அரிசி அல்லது படி அரிசி வாங்கிச் செல்லும் வழக்கம் இருந்தது.

இன்றளவும் இத்தகைய எல்லா (கலைத்) தொழில்களும், பெண்ணுக்கு வாணிப ரீதியான உழைப்பாக, மதிப்பைப் பெற்றுத் தந்திருக்கவில்லை. ஓர் ஆண் திருமணம்செய்து கொள்வதால், தனக்கும் தன்னைச் சார்ந்தவர்களுக்கும், ஊதியமில்லாமல் சமைத்துப் போடும், துணி துவைத்து உலர்த்தித் தரும், வீட்டைப் பராமரிக்கும், நிர்வகிக்கும், ஆண் குழந்தையைப் பெற்று வாரிசு தரும், முதுமை வந்தாலும் பேணிக் காக்கும், தன் உடல் தேவைகளையும், அவன் சார்ந்த சமூகத் தேவைகளையும் அவன் விருப்பமறிந்து நிறைவேற்றக்கூடிய ஒரு பெண்ணையே அடை கிறான். இவளுடைய உடலுழைப்பு இவனுக்கு ஊதியமில்லாமல் கிடைக்கிறது. இந்நாட்களில் இவள் குடும்பப் பொருளாதாரத்தை மேம்படுத்த, மேலும் வருவாய் கொண்டு வரும் தகுதியையும் உடன் கொண்டிருக்கிறாள். இவளுக்கு, இரட்டைச் சுமை சுமக்க 'அனுகூலமாக இருப்பதற்கே' என்று ஆண் வர்க்கம், நவீன சாதனங்களாகிய மிக்ஸி, கிரைண்டர், ஸ்கூட்டர் ஆகிய வசதிகளையும் பெண் வீட்டாரிடம் இருந்தே பெறுவதும் நியாயமாக்கப்பட்டு வந்திருக்கிறது.

வீட்டுக்குப் பெண் உழைப்பது - கடமை. ஆனால் இதே சமையல் தொழில் உழைப்பூதியம் பெறும்

தொழிலாக வரும்போது, அந்தத் தொழிலை ஆண் வர்க்கம் கைக்கொள்ளுகிறது. பெண்ணின் உழைப்பு இரண்டாந்தரமாகக் கருதப்படுகிறது என்றெல்லாம் மாநாட்டில் பேசப்பட்ட கருத்து களைப் பத்திரிகைகள் எப்படி வெளியிட்டன?

"பெண்கள், தங்கள் வீடுகளில் சமைப்பதற்கு ஊதியம் கேட்கிறார்கள்! குடும்பப் பெண்களுக்கும் சம்பளம் வேண்டு மாம்! லீவு, பஞ்சப்படி எல்லாம் கேட்கிறார்கள்!"

இதைத்தொடர்ந்து சில 'ஜோக்கு'களும் வெளியாகும். நேற்று வரை காரில் சென்றிருந்த ஓர் அதிகாரி பிச்சைக்காரராகக் காட்சி தருவார். "என்ன ஆயிற்று, இவருக்கு?"

"மனைவிக்குச் சம்பளம் கொடுத்து இந்த நிலைக்கு வந்து விட்டார்!" என்று சித்திரித்து, ஆடவர் பெண்களின் அநியாயக் கோரலில் பரிதவிப்பதாகக் காட்டுவார்கள்.

வரதட்சணை கேட்டவர், மருமகளைத் துன்புறுத்துபவர் மாமியாரே, என்று 'பெண்' அமைச்சர் சொல்லி விட்டால், அதை விட்டு விடுவார்களா?

கதைகளில், தொலைக்காட்சி நாடகங்களில், மாமியார் ஒரு பெண்ணை வதைப்பதும் அவளே மண்ணெண்ணெயை ஊற்றி எரிப்பதும் சித்திரிக்கப்படுகின்றன. காலம் காலமாகச் சிற்றன்னை கொடுமையே வடிவானவளாக இருக்கிறாள். இது ஏன் இப்படி?

நமது இதிகாச புராண வரலாறுகளில் கூட, மாமி-மருகி கொடுமைகள் இடம் பெற்றிருக்கவில்லை. தன் காதலன்-கணவன் இன்னொரு பெண் வசப்படாமலிருக்க வேண்டும் என்ற வேண்டுதல் மந்திரங்களுக்கு இடம் இருக்கிறதே ஒழிய, சிற்றன்னை, மாமி கொடுமைகளுக்குச் சான்றுகள் இல்லை. குந்தி திரௌபதையைக் கொடுமைப்படுத்தியதாக இலக்கியச் சான்று இல்லை. இராமாயணத்துக் கைகேயி கூட, மாற்றாந்தாய்க் கொடுமை காட்டினாள் என்று சொல்ல முடியாது. கூனி கூட இத்தகைய பிம்பத்துக்குரியவளாக இல்லை. புத்த பிக்குணிகளின் 'தேரி காதா' என்ற பெயரில் யாத்த பாடல்களில் அவர்கள் பிக்குணிகளாவதற்கான காரணம் இல்லறத்தில் பட்ட துன்பமாக விரிகிறது. இஷிதாஸி என்ற பிக்குணி, வணிக குலத்தில் பிறந்து மூன்று முறை திருமணம் செய்து கொண்டும் அனுபவித்த துன்பங்களினால் பிக்குணியானதாகத் தெரிவிக்கிறாள்.

இதிலிருந்து, அங்கே 'ஒருவனுக்கு ஒருத்தி' என்ற கற்புப் பிணிப்பு இருந்திருக்கவில்லை என்று தெரிகிறது.

ஆனால், அவளுடைய பாடலில் கணவன் வீட்டு

அன்பிலாக்கொடுமை வெளிப்படுகிறது. "காலையும், மாலையும், கணவரையும், அவர் தம் பெற்றோராகிய மாமன் மாமியையும் நெற்றி நிலத்தில் தோய, முழங்கால் பதிய, தொழுதெழுந்தேன். எனக்குச் சொல்லிக் கொடுத்திருந்தபடி, கணவரின் சோதர சோதரியர், அவ்வீட்டு உறவினர் எவர் வந்தாலும் நான் பணிந்து நின்றேன். சீவிச் சிங்காரித்துத் தாதியாக அவளுக்குப் பணிவிடைகள் செய்து நின்றேன். சோறு பொங்கி, பண்ட பாத்திரம் கழுவி, கூனிக் குழைந்து பணியாற்றினேன். இத்தனைக்கும் நான் ஏற்றது என்ன? அவர்களின் வெறுப்பே!..." என்று தெரிகிறது.

தமிழில் தமிழன்னைக்கு 'ஐந்து' பெரும் அணிகள் என்று ஐந்து இலக்கியங்களைக் குறிப்பிடுகிறார்கள். அவற்றில் ஒன்று குண்டலகேசி என்ற காப்பியமாகும். இந்தக் காப்பியம் என்னவென்பதைப் பலரும் அறியார். இது புத்த பிக்குணியான குண்டலகேசி என்ற பெண்ணின் வரலாற்றைக் கூறுகிறது. தன்னைக் கொல்ல முயன்ற கணவனையே தந்திரமாகக் கொன்று தன் உயிரைக் காப்பாற்றிக் கொண்டாள் என்று தெரிகிறது. இதனால்தான் போலும், இது கதை என்ற அளவில்கூட வழக்கொழிந்து போய்விட்டது!

எனவே, புகுந்த இடத்துத் துன்புறுத்தல், இந்தக் காலங்களில் ஆழ்ந்து, தொடர்ந்து இன்றளவும் மகளிரை, கணவன், மாமி, மாமன் என்ற கொடுமைகளாக வாட்டிக் கொண்டிருக்கின்றன.

இதன் ஒரு பரிமாணம் வரதட்சணைக் கொடுமை.

"பெண் சிசுக் கொலையைக் கண்டனம் செய்து எதிர்க்கிறீர்களே? இக்கொலையை ஆணா முன்னின்று செய்கிறான்? பெற்ற தாயோ அல்லது பாட்டி, பூட்டியோ தானே இதைச் செய்கிறாள்?" என்று பத்திரிகைக் கும்பல், சமுதாய நீதிக்குக் குரல் கொடுக்கும் பெண்களை மடக்குகிறது.

உண்மைதான். ஒரு தாயே தன் மகவைக் கொலை செய்வதைப் பற்றி, நம்பக்கூட முடியவில்லை. ஆனால், இந்த அவலம் பரவி வரும் உசிலம்பட்டிப் பிரதேசங்களில் அந்தப் பெண்கள் என்ன சொல்கிறார்கள்? வயிற்றுக்குப் பற்றாத, அடிப்படைத் தேவைகளுக்கே உத்தரவாதம் இல்லாத பொருளாதார வறுமை. இத்துடன் நுகர்பொருள் வாணிபங்கள் கடை விரிக்கும் ஆயிரமாயிரம் பொருட்களின் நெஞ்செரியச் செய்யும் தேவை நிர்பந்தங்கள் - ஆண் ஆதிக்கக் கற்பொழுக்கக் கலாசாரத்தின் கிடுக்கிப்பிடி... எல்லாம் பெண்ணைச் செல்லாக்

காசாக்கி மதிப்பில்லாதவளாகச் செய்திருக்கின்றன; அத்துடன் நிற்கவுமில்லை. இன்னும் கீழே, அவள் ஒரு வேண்டாச் சுமையாகவும் தாழ்ந்து போயிருக்கிறாள். "இந்த நுகர்பொருட் தேவையில்லாத் தலைமுறையில் பிறந்த எங்களாலேயே வாழ்க்கையின் அவலங்களைத் தாங்க முடியவில்லை. தங்கம், வெள்ளி, பட்டு, பவிசு எல்லாவற்றுக்கும் எங்கே போவோம்! பெண்ணாக இந்தப் பூமியில் கண் விழித்து, நீ வாழ முடியாது; அவலம் சுமக்க வேண்டாம், உணர்வு தெரியும் முன் நீ மண்ணுக்குப் போ, தாயே!" என்று நஞ்சூட்டுகிறார்கள்.

குருட்டுக் கன்றுக்குட்டியைக் கொல்வதனால் அந்தத் துன்பங்களில் இருந்து அதற்கு விடுதலை நல்குகிறோம் என்றும், தாயினும் அளப்பரிய கருணைக்கு அது எடுத்துக்காட்டென்றும், காந்தியடிகள் கருத்துரைத்தார். அது நினைவுக்கு வரவில்லை?

மூடத்தாய், இதற்குத் தன்னையே கொன்று கொள்ளலாம் அல்லவா? ஆனால் அவள் இன்னும் புருஷனுக்காக, ஆண் பிள்ளையைப் பெற்றுக் கொடுக்க வாழ்கிறாள்.

சரி, அவள் கொல்கிறாள்; குற்றவாளி என்றே கருதுவோம். ஆனால், தன்னைப் பத்து மாதம் சுமந்து பெற்ற தாய்க்குலம்; தனக்குச் சுகபோகமளித்துத் தன்னை வாழ வைக்கும் தாய்க்குலத்துப் பூந்துளியாக உதித்த ஒரு மகவை, "ஏனடி கொல்கிறாய்" என்று அவன் கேட்கலாமே? அப்படி ஒரு சொல்லுக்காக அல்லவோ ஏங்கிக் கிடக்கிறது அவள் உள்ளம்? அது கிடைக்காதபோது தன் குலத்தின் மீதே அவள் பழிதீர்த்துக் கொள்வது போல் செயல்படுகிறாள்.

23

எண்ணெயும் தண்ணீரும்

நாம் விடுதலை கோரிய அந்நிய ஆட்சியினர், கணவன் இறந்ததும் உயிரோடு பெண்கள் எரிக்கப்படுவதை எதிர்த்து சட்டமும் தண்டனையும் கொண்டு வந்தார்கள். இந்நாளில் நம்மை நாமே ஆண்டு கொள்ளும் ஆட்சியில், பெண் கொலைகள், பெண்கரு-சிசுக் கொலைகள் ஆயிரம் ஆயிரமாக நடந்தாலும் வெளிக்குத் தெரியாமலே ஒப்புக்கொள்ளப்பட்டு விடும் சூழ்நிலையில் வாழ்கிறோம். ஆங்காங்கு கொடி தூக்கும் மாதர் அமைப்பு எதிர்ப்புகளும் சிறுபான்மைப் பிசுபிசுப்புக்களாக குற்றவாளிகளுக்குத் தண்டனை என்ற வரையிலும் வராமலே ஓய்ந்து போகின்றன. அத்துடன் கூட இல்லாமல், அநியாயங்களுக்கு நியாய வாதங்களும்கூடக் கண்டுபிடிக்கப்படுகின்றன என்றால் தவறில்லை.

பெண் குழந்தை குடும்பத்துக்கு மட்டும் சுமையில்லை, அவள் சமுதாயத்துக்கும் சுமைதான். மக்கள் பெருக்கத்துக்கு முக்கிய காரணியே அவள்தான். எனவே அவளைக் கருவிலேயே அழிப்பதுதான் மக்கள் பெருக்கத்தைக் கட்டுப்படுத்தக்கூடிய வழியாகும் என்ற கருத்துகளும் வலிமை பெறுகின்றனவே?

இதேபோல், பெண் அழிப்புக்குக் காரணிகளாக இருக்கும் வரதட்சணை, சீதன வகைகளும் நியாயமாக்கப்படாமல் இல்லை. இந்த நியாயங்களில் நேர்முகம், மறைமுகம் என்று இரு வகைகள் இருக்கின்றன.

மறைமுக நியாயங்கள்; ஆட்சி பீடங்களிலோ, பெரும் பதவிகளிலோ செல்வாக்கு உடையவர்களாக இருப்பவர்கள், தங்கள் வாரிசுகளின் திருமணங்களில் பணத்தைத் தண்ணீராகச் செலவிடுகிறார்கள். குமாரிகளின் திருமணங்களுக்கு இவர்கள் வைக்கும் சீர் வரிசைகள், செய்நேர்த்திகள், விழா ஆடம்பரங்கள் அனைத்தும் சாதாரண மக்களுக்குப் பார்க்க முடியாமல்

இருந்தாலும், வண்ணப் படங்களுடன் பத்திரிகைகளில் வெளி யாகின்றன. இவற்றைப் பார்க்கும், சராசரி இந்திய ஏழை எவராக இருந்தாலும், இவ்வாறு கொடுப்பது சட்ட விரோதம், இது சரியல்ல என்றா சொல்வார்கள்? இல்லை. ஆனால் இதுபோல் தாங்களும் தங்கள் மகன்-மகள் கல்யாணத்தை நடத்த வேண்டுமே என்ற ஆசைதான் உண்டாகிறது; தூண்டி விடப்படுகிறது. தங்கள் பெண்களுக்கு மண வரிசைகளைச் செய்தல் அல்லது தங்கள் மகன்களுக்கு இவ்வாறு சீர்வரிசை பெறுதல், சமூக அந்தஸ்தை உயர்த்தக்கூடும் என்ற நியாயமும் ஏற்படுகின்றன.

இது நேர்முகப் பாதிப்பு.

எனவே, பெண் வர்க்கத்தைச் சுரண்டிக் கொல்லும் அதீத 'தருமங்கள்' அவர்களாலேயே ஒப்புக்கொள்ளப்படும் ஒரு சூழல், அவர்கள் அறியாமலேயே உருவாகி வந்திருக்கிறது.

தெளிந்த நீரில் எண்ணெயைத் தெளித்தால் அது நீர்ப்பரப்பில் பரவும். மேலே மேலே தெளித்துக் கொண்டிருந்தால் நீரிருப்பதே தெரியாமல் எண்ணெய்ப்படலம் மறைக்கும். நியாயங்களும் நேர்மைகளும் இவ்வாறுதான் அநியாயங்களால் மறைக்கப்படுகின்றன.

'பெண்ணுக்குப் பெண்ணே எதிரி' என்ற நடைமுறையை ஆழ்ந்து பற்றியிருக்கும் வேர் எது? எங்கே நிலை கொண் டிருக்கிறது அது?

'மாமியார்' என்பவள் மகனையே சார்ந்து இருக்க விதித்து விடப்பட்ட சார்புப் பிராணி. பழங்காலங்களில் அவளுக்குக் கல்வி, பொருளாதார சுயச்சார்பு, தற்சிந்தனை எதுவும் கிடையாது. பிறந்த வீட்டில் இருந்துகொண்டு வரும் வண்மை வரிசைகளே அவளுக்குப் புகுந்த வீட்டின் மதிப்பாக இருந்தன. இதே மனப்பாங்கு காலம் காலமாகப் பெண்களிடையே ஊறிப் போயிருக்கிறது.

பெண்ணுக்குச் சொத்துரிமையைப் பறித்து, தாயாண் மரபிலிருந்து கணவன் வீடு என்று பெயர்த்து அவளைத் தள்ளிய காலத்தில் இந்தப் பெரிய இழப்புக்கு மாற்றாக, பரிகாரமாக, பெற்ற தந்தையோ, அண்ணனோ, விரும்பிச் செல்வ மகளுக்குக் கொடுக்கப்பட்ட வண்மை வரிசைகளே 'சீதனம்' என்ற பெயருடன் அவளை ஒட்டியது.

இதை அவள் மிகப் பெருமையுடன், அருமையுடன் மதித்திருந்தாள். பிறந்த வீட்டையே நினைவுபடுத்தும் பொருட்கள் அவை. முன்பின் அறியா இடத்தில் புதிய

மனிதர்களிடையே வாழ வந்த செல்விக்கு, "ஓ, என் பிறந்த வீட்டில், எனக்குக் கொடுத்த பொருள், சேலை, பண்டங்கள் என்ற நினைவுகள் விலை மதிப்பில்லாதவை அல்லவா?..."

இந்த வழக்கம், வரதட்சணை என்ற பேராசைப் பூதத்துள் ஐக்கியமாகிவிட, கொள்பவருக்கும், கொடுப்பவர்களுக்கும் துன்ப நினைவுகளாகவே தங்குகின்றன.

எனவே ஒரு கட்டாய, போலி கவுரவத்துக்கு மனதைக் கொடுத்துப் பழகிய சார்புப் பிராணியாகிய மாமியார், அவளை அவள் மாமியார் எப்படிப் பார்த்தாளோ அப்படியே தன் மருமகளைப் பார்க்கிறாள்.

பழங்காலத்தில் அவள் புதிய மருமகளாக வந்தபோது, சுதந்திரமாகக் கணவனுடன் பேச முடியுமா? சரி சமமாக உட்கார முடியுமா? பகலில் தலை குனிந்து இலையில் சோறு பரிமாறி, இருட்டில் அவன் சுகிக்கக் கருவியாகத்தானே இருந்தாள்? எனவே, இந்நாளில் இந்த மருமகள் அனுபவிக்கும் சலுகைகளைப் பார்க்கையில், அன்றைய ஏமாற்றங்கள் மூர்க்கமாகத் தலையெடுக்க, மருமகளைத் தன் ஆணைக்குள் வைக்க முயலுகிறாள். தனது சார்பாகிய மகனை அவள் தன் வசப்படுத்த முடியாதபடி, தன் மூட மனதுக்கிசைய முட்டுக்கட்டைகள் போடுகிறாள். இந்த முட்டுக்கட்டைகள், சில சமயங்களில், மணமக்களின் இன்றியமையாத ஜீவாதார உரிமையைப் பறிப்பதாகக்கூட உருப் பெற்றதுண்டு. கூட்டுக் குடும்பங்களில் பெண் இத்தகைய சிக்கல்களில் அவதிப்பட நேர்கையில், கணவனைப் பிரித்துக்கொண்டு புதிய மருமகள் எதிர்க் கொடி காட்டிக் கொண்டு போனதும் இயல்பாகவே நடந்தது. இந்த எதிர்ப்புப் பரம்பரை, வெவ்வேறு வடிவங்களில் மரபுச் சங்கிலி போன்றே தொடர்ந்து வருகிறது.

மருமகள் தன் சம்பாத்தியத்தில், மாமியார் கேட்கும் 'சீர்வரிசை'களை வாங்கி வருவது, அவள் ஒப்புதற்குரியதாக இல்லை. 'பிறந்த வீட்டிலிருந்து வந்தால்தானே கௌரவம், பெருமை எல்லாம்?' என்று பிறந்த வீட்டையே சாடுகிறாள்.

வேலைக்குச் செல்லும் மருமகள், அன்றாடம் புதிய சேலை உடுத்துகிறாள். புதிய பொருளாதார வசதிகளை அனுபவிக்கிறாள். அடுப்படி, வீட்டு வேலை என்ற முழுப் பிடுங்கல்களில் இருந்து விடுபட வெளி உலகின் தோழமைகள், பழக்கங்கள் கிடைக்கின்றன. அவளை ஒத்த பெண்கள் அலங்காரங்களுடன் மகிழ்ச்சியோடு, பிரச்சினைகள், சுமைகளைப் பரிமாறிக்

கொள்ளவும் வாய்ப்புகள் இருக்கின்றன. இவற்றை எண்ணுகையில் மருமகள் விட்டுச் செல்லும் குழந்தையைப் பார்த்துக்கொண்டு, நாளெல்லாம் சிறைக்கைதி போன்ற நிலையில், தன்னைக் கட்டி வைத்திருக்கும் பொறுப்புகளையும் தட்டிக் கழிக்க முடியாமல், ஒய்வுக் காலத்திலும் தொல்லைப்படுவதை நினைத்து நினைத்துக் குமுறுகிறாள். மருமகளின் ஒவ்வொரு சிறு நடப்பும் இவளுக்குக் குற்றமாகப் படுகிறது.

மருமகளையும் மகனையும் சேர்த்துப் பார்க்கவே வெறுக்கிறாள். மருமகளுடைய பொருளாதார ஆதாயத்தினால் மாமியாராகிய அவளுக்கு என்ன நன்மை?... வாழ்க்கையே பொருள்... பொருள் என்று லாப நட்டக் கணக்குப் பார்ப்பதாக இரு தரப்புக்கும் மாறி விடுகிறது. பாசம், அன்பு, தோழமை உணர்வு, அனுதாபம் போன்ற ஈரக்கசிவுகளுக்கு இடமே இல்லாத பாலையாகிறது.

இதே மாமியார், வேலைக்குச் செல்பவளாக இருந்து ஒய்வு பெற்றிருந்தாலும்கூட மருமகளைப் புரிந்துகொண்டு இணக்கம் காட்ட முடிவதில்லை. ஏனெனில், நெருக்கடிகளுக்குச் சமுதாயத்தின் பல்வேறு கூறுகள் காரணமாகின்றன என்பதைப் பெண்கள் புரிந்து கொள்ளவே மறுக்கிறார்கள் எனலாம்.

மகன் என்ற நிலையில், தாயின் மனம் அவனுக்குப் புரிவதில்லை. மனைவியின் நியாயங்களிலும் அநேகமாக ஆணுக்கு உள்ளோட்டமான கருத்துப் புரிதல் இல்லை. அவன் வரைக்கும் அவன் சுகமாக, இடைஞ்சலின்றி வாழ வேண்டும். சில வீடுகளில் ஆண் ஆதிக்கங்கள், புதிய பொருளாதாரச் சுதந்திரத்தில் மிதக்கும் மனைவியைச் சார்ந்தே அவளைக் கண்காணிப்பதிலும் அவளை ஒடுக்குவதிலுமே கண்ணாக இருக்கின்றன. மனைவியின் சம்பளம் முழுவதையும் வாங்கிக் கொள்கிறான். இச்செயலுக்கு, மாமியார், பெரியவர் என்ற ஒப்புதலையும் ஆமோதிப்பையும் அவன் பெற்று விடுவதால், மனைவியின் மனத்தாங்கல் கணவன் மீது விழாது; அது மாமியார் மீதுதான் விழுகிறது.

“இந்த வீட்டு வழக்கம், சம்பளம் வாங்கி வந்ததும் புருஷனிடம் கொடுத்து நமஸ்காரம் பண்ணி விட்டுத்தான் தனக்கு வேண்டியதை வாங்கிக் கொள்ள வேண்டும்! அதுதான் மரியாதை!” என்று அந்த மாமியார் மருமகளுக்கு ஆணையிடுவதை, மகனின் மீது தனக்கிருக்கும் பெரிய உரிமையை நிலைநாட்டிக் கொள்வதாகக் கருதுகிறாள்.

குடும்பத்தில் திருமணமாகாத பெண்கள் இருந்தாலோ, திருமணமான இளைய சகோதரிகள் இருந்தாலோ, அவர்கள் தாயைச் சார்ந்தே தங்கள் வசதிகளை, உரிமைகளைப் பெறவோ சுரண்டவோ முற்படுகிறார்கள். பெண் சுயமரியாதையுடன், பொருளாதார சுயச் சார்பை மதித்து நிற்பதே உரிமை என்று அறிவுறுத்தக்கூடிய நியதிகளே எந்த இந்தியக் குடும்ப மரபிலும் இல்லை.

ஒரு தாய் மகளுக்குச் சீர் செய்ய வேண்டும் என்றால் மகன் எதிர்க்காமல் ஒப்புதல் கொடுக்கிறான். ஆனால் அவன் மனைவியோ, தன் வருவாயையும் பிடுங்கிக் குடும்பச் செலவில் போடுகிறானே என்று நினைக்கிறாள். இத்தகைய விரிசல்கள், மாமி-மருமகள், நாத்தி-அண்ணி உறவில் மட்டுமின்றி, தாய்-மகள், சகோதரி-சகோதரி என்ற பெண்ணுக்குப் பெண் உறவுகளில் மிக இயல்பாக வந்துவிட்டன.

மூடத்தனமான கருத்துகள் தாயிடம் இருந்து வெளியானால், வெளியுலக அனுபவம் பெற்ற மகன், அவளை ஏன் புறக்கணிக்கக் கூடாது? தந்தை என்ற ஆதிக்க ஆண், மருமகளைக் கொடுமை செய்யும் விஷயத்தில் மட்டும் தன் மனைவியை ஏன் அடக்குவதில்லை? திருத்த முயலுவதில்லை?

மருமகளைச் சீர் வரிசை கேட்டுத் துன்புறுத்துவதோ, எரிப்பதோ அவள் உரிமை என்று இருப்பானேன்?

ஒரு தாய், நடுத்தெருவுக்கு அடித்து விரட்டப்படும்போது கூட, மகன் மனைவியுடன் சேர்ந்து அச்செயலைச் செய்ததாகவே வருகிறது. மருமகளைத் தாய் கொடுமைப்படுத்தினாள், அதனால் அவன் தன் தாயை விலக்கினான் என்று நிகழ்வது மிக அபூர்வம். "இவளைத் தொலைத்துவிட்டால், நீ இன்னொரு கல்யாணம் செய்து கொள்ளலாம்" என்று மூடத்தாய் கூறினால் படித்துப் பட்டம் பெற்ற ஆணும் தாய்க்குக் கட்டுப்படுகிறான்.

மகனைப் புகை பிடிக்கச் சொல்லி எந்தத் தாயும் வற்புறுத்துவதில்லை; மது அருந்தச் சொல்வதுமில்லை. ஆனால் வரதட்சணைக்கு மட்டும் தாய் சொல் தட்டாத தருமம் பாலிக்க வேண்டுமா? தந்தை எப்படி நழுவுகிறார்?

"எங்களுக்கு என்ற தனிப்பட்ட விருப்பம் இல்லை. எல்லாம் வீட்டில் என் வைஃப் என்ன சொல்கிறாளோ, அப்படித்தான். ஏனென்றால் இந்த மாதிரியான-திருமண சமாசாரங்களில் பரம்பரை, வீட்டு வழக்கங்கள், சம்பிரதாயங்கள் எல்லாம் அவளுக்குத்தான் தெரியும்!" என்று தந்தை நழுவுகிறார்.

தாய்க்கு இந்த உயர்நிலை, ஆணையிடும் நிலை, அருமை யாக, இப்போதல்லவா இந்தப் பையனால் கிடைத்திருக்கிறது? எந்த அறிவார்ந்த சிந்தனையும் இவளுடைய பெருமித உணர்வின் குறுக்கே வருவதில்லை. கல்யாணத்துக்குரிய 'பையனின்' தாய்! என்ற நிலையைத் தன் வாழ்நாளின் மிக முக்கியமான உன்னத சிகரமாகக் கருதி ஆணையிடுகிறாள்.

மிகப் பெரும்பாலான இடைநிலை வர்க்கக் குடும்பங்களின் நிலையே இப்படி என்றால், உணர்ச்சிகளை ஒழுங்குபடுத்திக்கொண்டு சொல்லை வெளியிடும் நாகரிகப் பண்பின் பரிணாமத்தையே பெற்றிராத, பொருளாதார, சமூக நிலைகளில் அடி மட்டத்துக் குடும்பங்களில் இருக்கும் பெண்களைப் பற்றிச் சொல்லவே வேண்டாம்.

இங்கு அநேகமாக எல்லாப் பெண்களும் உடலால் உழைப்பவர்கள். ஆண் மக்களால் சுரண்டப்படுபவர்கள். இங்கு எந்த வகைச் சட்ட, தர்ம, நியாய, நெறிகளுக்கும் இடமில்லை சாதிச் சமூக மூட வழக்கங்களும், ஆணாதிக்க மரபுகளும், கட்சி அரசியல் 'ஜனநாயக' குண்டர் தருமங்களுமே இந்த வர்க்கக் குடும்பங்களில் கோலோச்சுகின்றன. அன்றாட வாழ்வே அறைகூவலாக இருக்கும் சேரிகளில், பெண்மை, தனித் தனி மூர்க்கங்களாகக் குதறிக் கொள்ளும் காட்சிகள், பொழுதுபோக்குக் கலையம்சமாகவும் பரிணாமம் பெற்றிருக்கின்றன.

உயர்மட்டப் பெண்களுக்கோ, ஆடம்பரங்கள், களியாட்டங்கள் தவிர வேறு எந்த விதமான வடிகாலும் கிடையாது. பார்ட்டிகள், பியூட்டி பார்லர், சீட்டுக்களியாட்டங்கள், வெளிநாட்டு ஆடம்பரச் சாமான்கள் என்ற வட்டத்தில், மற்றவர்கள் தன்னை மேலாக நினைத்துப் புகழ வேண்டும் என்ற ஒரு போலி மதிப்புக்காக எதை எதையோ செய்கிறார்கள். கூசும் பகட்டு ஒளி வண்ணங்களிடையே நடப்பியல் உண்மைகளையும், தம் சுய விமரிசன சிந்தனைகளையும் புறக்கணிக்கப் பழகுகிறார்கள். இந்தப் பகட்டு நாகரிகங்களில் எல்லா ஒழுக்கங்களும் தகர்ந்து போகின்றன. எனவே, எந்தப் பெண்ணும் தன் இனம் என்ற உணர்வில், ஒற்றுமையாக வலிமை பெறவோ, பொதுவான அடக்குமுறை அநியாயங்களையும், சுரண்டலையும் எதிர்க்க வேண்டும் என்ற உறுதியான உணர்வு பெறவோ, வாய்ப்பே இல்லாமல் போகிறது. இந்த ஓர் ஐக்கிய உணர்வை இலட்சியமாகக் கொண்ட விழிப்புணர்வை, அரசு சமுதாயம் சார்ந்த கேந்திரமான நிலைகளில் பதவி வகிக்கும்

பெண்களாலேயே தோற்றுவிக்க முடியவில்லை.

"பெண்ணுக்குப் பெண்தான் எதிரி; ஆண் வர்க்கம் அல்ல" என்று ஆணித்தரமாக எடுத்துரைக்கும் பெண் அமைச்சரும், தான் சார்ந்த ஆண் ஆதிக்க அரசியல் கட்சிக்கும், பொதுக் கருத்துக்கும் உண்மையானவள் என்று பறைசாற்றிக் கொள்கிறாள். பத்திரிகைகள் இதை தெய்வ வாக்காகக் கருதி விளம்பரம் செய்வதில் வியப்பு ஏதும் இல்லையே?

24

கத்தியும் ரோஜாக்களும்

ஏறக்குறைய அறுபது ஆண்டுகளுக்கு முன் இரண்டாம் வகுப்புக்குரிய தமிழ்ப் பாடப் புத்தகத்தில் வந்திருந்த கதை இது.

ஒரு தோட்டக்காரன், புல் அறுப்பதற்காகக் கத்தியைத் தீட்டிக் கூர் பார்க்கிறான். சிறுவன் அதன் கூர்மையைப் பார்த்து, ஆச்சரியப்படுகிறான். அதை தொட்டுப் பார்க்க விரும்பி அவன் கேட்கிறான். "நீ சிறுவன் தொடக்கூடாது" என்று கத்தியை அப்புறப்படுத்தி விட்டுச் செல்கிறான் தோட்டக்காரன்.

விலக்கப்பட்ட பொருளில் ஆவல் வருவது இயல்புதானே? தோட்டக்காரன் இல்லாத சமயத்தில் சிறுவன் திருட் டுத்தனமாகக் கத்தியை ஏடுத்துத் தொட்டுப் பார்க்கிறான். கத்தியை எடுத்துக்கொண்டு தோட்டத்துக்குச் செல்கிறான். தோட்டத்தில் அழகான ரோஜா மலர்களுடன் செடிகள் இளங்காற்றில் தலையசைக்கின்றன. சிறுவன் செய்வதறியாமல், அத்தனை மலர்களையும் வெட்டி வெட்டிப் போடுகிறான். துளிர்களும்கூட வெட்ட வெட்ட கருக் கருக்கென்று வீழ்கின்றன.

இந்த நிலையில் தோட்டக்காரன் திரும்பி விடுகிறான்.

"அந்தோ! என்ன காரியம் செய்துவிட்டாய்? எத்தனை அழகான மலர்கள்ளைக் கொய்து பூமியில் போட்டு விட்டாய்!"

சிறுவனின் தந்தை, கத்தியை அவன் அப்படிப் பயன் படுத்தியதற்காக, அவனுக்குத் தண்டனை கொடுக்கிறார். உணவின்றி ஒருநாள் இருட்டறையில் அவன் இருக்க வேண்டும்.

இந்தக் கதை நாடக வடிவில் சொல்லப்பட்டிருந்தது.

இந்நாட்களில், கண்டவர்களும் மனித உயிர் பறிக்கும் நவீன ஆயுதங்களைப் பற்றிக் கொண்டு, உயிர் பறிக்கும் ஆர்வத்தில் சுட்டுத் தள்ளும் வெறியில் ஈடுபட்டிருக்கும் நடைமுறை, அக்கதையை ஒத்ததாக இருக்கிறது.

கத்தியை வன்முறைத் தாக்குதலுக்கான ஒரு கருவியின்

படிமமாகவே, அடையாளமாகவே கொள்ளலாம். புல்லைக் கையால் பிடுங்கி அகற்றுவதற்குப் பதிலாக அறிவியல் வளர்ச்சியின்பரிணாமமாகக்கத்திவந்தது என்றால்,இந்நாட்களின் அறிவியல் சாதனைகள், வாழ்க்கையில் பல பயன்படு சாதனைகளாகப் பரிணமித்திருக்கின்றன. ஒரே சாதனத்தை, சக்தியை நாம் ஆக்கத்துக்கும் கொள்ளலாம். அழிவுக்கும் பயன்படுத்தலாம். மின்னாற்றலில் இருந்து அணு ஆற்றல் வரையிலும் இந்த இரு தன்மைகளும் அடங்கி இருக்கின்றன. மனிதர் தம் அறிவாற்றலின் துணை கொண்டு பயன்கண்ட சாதனைகளை ஆணவம் கொண்டு பயன்படுத்தும்போது அழிவே இறுதி என்பதைக் கண்டு வந்திருக்கிறோம்.

மக்கள் தொகைப் பெருக்கம் என்பது, பெண்ணின் வெறும் உடற்கூறியல் விளைவுகளால் மட்டுமே ஏற்படுகிறது என்ற கோட்பாடே இன்றைய குடும்ப நலத் திட்டங்களுக்கு அடிநிலையாக இருக்கிறது.

ஓர் அம்மையார், ஒரு பத்திரிகையில், “மக்கள் தொகைப் பெருக்கத்தைக் கட்டுப்படுத்த வேண்டுமானால், பெண் குழந்தைகள் பிறப்பதைத் தடுக்க வேண்டும். ஆங்காங்கு கருவின் பால் இனம் கண்டறியும் கேந்திரங்கள் அமைக்கப் பெற வேண்டும். பெண் கருவானால் அழித்து விடுதல் வாயிலாக, பெண்மக்கள் பிறப்பதைத் தவிர்க்கலாம். இதனால் மக்கள் பெருக்கமும் பல்கிப் பெருகுவதைத் தவிர்க்கலாம்” என்று எழுதியிருந்தார்.

ஒரு பெண் தன் வாழ்நாளில் பன்னிரண்டு குழந்தைகளைப் பெற முடியும்தான். ஆனால் அந்தக் குழந்தைகளை, ஆணின் கூட்டுறவு இன்றிக் கருவுற முடியாது. ஒரு பெண் தானே வலிந்து மகவைப் பெற வேண்டுமென்றாலும் அவன் உறவு இன்றியமையாததாக இருக்கிறது. எனவே, மக்கள் பெருக்கத்துக்குப் பெண் எவ்வளவு காரணமோ, அதே அளவு ஆணும் காரணமாக இருக்கிறான்.

இதை ஏன் அந்த அம்மையார் குறிப்பாக்கவில்லை?

எல்லோரும் விளைவைக் கிள்ளி எறிய வேண்டும் என்பதையே குறிப்பாக்குகின்றனரே, இது சரியா?

மேலும், பெண்ணின் உடற்கூறியல், ஒரு மகவைப் பெற்று வளர்ப்பதற்கான நோக்கத்துடன் அமையப் பெற்றிருக்கிறது. ஒரு விந்தணுவை ஏற்றுக் கருவாக உருவாக்குவதற்கான ஆயத்தங்களை, அவள் உடல் சார்ந்த இயக்கங்கள்,

மாதந்தோறும் செய்கின்றன. ஆறறிவு பெற்ற மனித வர்க்கத்தில், இனப்பெருக்கம் என்பது வெறும் உடற்கூறியல் சார்ந்த நிகழ்ச்சி மட்டுமன்று. தாய்மை என்பது மனப் பண்புகளின் மலர்ச்சியும், உன்னதங்களும் சேர்ந்த ஒரு மாண்பாகும். அவளுடைய உடலின் மாற்றங்களுடன், மனப் பண்புகளும் விலக்கத்தக்க மாறுதல்களைப் பெறுகின்றன. தாயாகும் மனம் கருவில் வளரும் சிசுவின் ஜீவனுடன் தொடர்புடையதாகும். அது நல்லபடியாக வளர, நற்குணங்களைப் பெற்று விளங்க, தாயையும் மகிழ்ச்சியுடன் வைத்திருக்க வேண்டியது அவசியமாகிறது. அவளுடைய நுண்ணிய சலனங்களும் கூட கருவில் வளரும் உயிரைப் பாதிக்க வல்லதாகும். வயிற்றில் கருவை ஏற்ற நாளிலிருந்து அவளுடைய தனக்கென வாழாத் தன்மை தொடங்கி விடுகிறது. தாய்-மக்கள் என்ற பிணைப்பு இறுதிக்காலம் வரையிலும் புறக்கண்களுக்குத் தெரியாமலே தொடருகிறது. இந்த இயற்கையைப் புறச் சாதனங்களால் பட்டுக் கத்தரிப்பது போல் துண்டிக்க முடியாது.

பிள்ளைப்பேற்றுக்கு ஆண் காரணமாக இருப்பதனால் மக்கள் பெருக்கத் தடுப்புக்கு அவனும் பொறுப்பேற்க வேண்டும்.

வசதிகளும் வண்மைகளும் வாய்ந்த குடும்பங்களில் மக்கட்பேறு அதிகமில்லை. ஆனால், வாழ்க்கைக்கான ஆதார வசதிகள் எதுவுமே இல்லாத குடிசைகளில் மக்கள் குலுகுலுவென்று நிறைந்திருக்கிறார்கள். இந்தக் குழந்தைகள் மன ஆரோக்கியமும், உடல் நலமும் இல்லாத பெற்றோருக்குப் பிறப்பதால், ஆரோக்கியமோ வலிமையோ இல்லாத நிலையிலேயே மண்ணில் விழுகிறார்கள். இந்தக் குடிசைக் குடும்பங்களில் ஆணும் பெண்ணும் தங்களுக்கு ஒரு நல்ல குழந்தைப் பேறு வேண்டும் என்ற பயன் கருதி உடலும் உள்ளமுமாக ஒன்றுபடுவதனால் குழந்தைகள் பிறப்பதில்லை.

ஆணின் மூர்க்கமான வேட்கை, இயலாமையினால் கிளர்ந்தெழும் வெறிகள், சமுதாயத்தில் யாரையோ பழி தீர்க்கும் ஆவேசம் என்ற உந்துதல்களே இவர்கள் இனச் சேர்க்கைக்குக் காரணிகளாக இருக்கின்றன. ஒரு சமயம், நகர் ஒன்றில் தொடர்ந்து சில நாட்கள் இருட்டடிப்புச் செய்த காரணத்தினால், நகரில் பிறப்பு விகிதம் மிக அதிகமாகக் கூடிற்று என்றும், அதுவும் குடிசை வாழ் மக்களிடையே என்றும் புள்ளி விவரம் கூறப்பட்டது. பொருளாதாரம் சார்ந்து அடித்தட்டில் இருக்கும் மக்களுக்கு, கட்டாய உடலுழைப்பு, ஒழுங்கில்லாத

வாழ்க்கை முறை, பற்றாக்குறை உணவும், மன ஓய்வான, மகிழ்ச்சிக்குரிய கலை மற்றும் விளையாட்டுகளுக்கான நேரடிச் சாதனங்களின்மையும், அவற்றுக்கான சந்தர்ப்பங்களின்மையோ காரணமாக ஒரு பெண்ணைச் சேருவதோ, மது அருந்துவதோ மட்டுமே இயற்கையான வடிகாலாக அமைந்து விடுகிறது; இருள் பரவியதும் இந்த ஒரே செயலுக்கு அதுவே தூண்டுதலாக அமைகிறது.

வாழ்க்கைக்கான அடிப்படைத் தேவைகளின் பற்றாக் குறையும், நுகர்பொருட்களின் மீதான நெருக்கம், ஆசை உந்துதல்களும், விலைவாசி ஏற்றங்களும், இடைநிலை வர்க்கத்தையே வறுமைக்கோட்டுக்குக் கீழ் தள்ளிச் சென்றிருக் கின்றன. நமது நாடு சுதந்திரம் பெற்று நாற்பத்தேழு ஆண்டுகளின் வளர்ச்சியைக் கண்ணுற்றால், வாழ்க்கைச் சாதனங்களுக்கான உற்பத்தி மகோன்னத வளர்ச்சியை எட்டி இருக்கிறதெனலாம். உணவு, உடை, உறையுளுக்கான உற்பத்தி மிக அதிகமாகவே பெருகியுள்ளது. மிக நவீனமான இயந்திர சாதனங்கள் எல்லாத் துறைகளிலும் உற்பத்தியைப் பெருக்கி இருக்கின்றன. ஆனால் எல்லோருக்கும் எல்லாம் என்ற தத்துவம் இன்னமும் தொலைதூரக் கனவாக இருப்பதுமன்றி, அடிப்படைத் தேவைகளையே பெரும்பான்மை மக்களுக்கு நிறைவேற்றியிருக்கவில்லை. இதனால், உணர்-அடிமட்டங்களுக்கிடையேயான பிளவு, முன் எப்போதும் இருந்திராத அளவு ஆழ்ந்து போயிருக்கிறது.

இத்தனை ஆண்டுகளின் பல துறை உற்பத்திச் சாதனைகள், மொத்தமான, பல வர்க்க மக்களின் மனங்களிலும் அறம் சார்ந்த ஒழுக்க உணர்வுகளை அடியோடு துடைத்து விட்டிருக்கிறதெனலாம். பசியின் காரணமாக ஒரு திருட்டு நடந்ததென்றால் அந்தப் பசியைத் தீர்த்துக் கொள்ள இயல்பான வசதி இல்லாததற்கு அரசாங்கமே காரணம் என்று நினைத்த ஓர் அறம் சார்ந்த அரசின் கடமையுணர்வு அக்காலத்தில் இருந்தது.

இந்நாட்களில் பதவிக்காகவே கொள்ளைகள் தருமமாக்கப் பட்டு இருப்பதை மக்கள் உணர்ந்திருக்கிறார்கள். மக்களால் தேர்ந்தெடுக்கப்படும் அரசாங்கம், மக்களின் முட்டாள்தனங்கள், அறியாமை, மூட நம்பிக்கைகளைப் பயன்படுத்திக் கொண்டே வாக்குரிமைகளைப் பெற வழியமைத்திருக்கிறது. எல்லோரும் சமம், சமம் என்று மந்திரம் ஓதிக்கொண்டே, சாதிப்பிரிவுகள், சமயப் பிளவுகள், மொழி வெறிகள், தலை தூக்கிக் களரியாக்குவதற்கு இடம் அளித்து வந்திருக்கிறது. மக்கள் தொடர்புச் சாதனங்கள்,

வானொலி, சினிமா, தொலைக்காட்சி ஆகியவை இத்தனை ஆண்டுகளில், பெரும்பான்மை எழுத்தறிவில்லா மக்களின் ஞான சூனியத்தைப் போக்கி, படித்த மக்களுடன் சமமாக விவேகம் பெற, இதுவரையிலும் ஒரு வகையிலும் முயன்றிருக்கவில்லை. மாறாக, வாணிப லாபம் கருதி, மக்களின் அறியாமைகளைப் பயன்படுத்திக்கொண்டு, அவர்கள் மேலும் மூட நம்பிக்கைகளில் சிக்கிக் கொள்ளவே துணை புரிந்திருக்கின்றன. ஏனெனில், கட்சி அரசியலுக்கு இந்தச் சாதனங்கள் இன்றியமையாதவை. இந்த வாய்ப்பை இன்னமும் விரிவாக்கிக் கொள்ள இருபத்தொரு வயதைப் பதினெட்டு வயதாக்கும் திருப்பணியையும் செய்து வந்திருக்கிறது.

குடியரசாட்சியில் குறைந்தபட்சமேனும் மக்கள் தங்கள் வாக்குரிமையின் பொறுப்பை அறிந்திருக்க வேண்டும். அந்த வகையில் முப்பத்தைந்து கோடிகளாக இருந்த மக்களின் பெரும்பான்மை எழுத்தறியாமையையேனும் இத்தனை கால மக்களாட்சி முறை துடைத்திருக்கிறதா?

இந்நாளில் மக்கள் தொகை எண்பத்தைந்து கோடியாகப் பெருகி, மூச்சுத் திணறி வெடிக்கும் நிலையில், பெண்கள் அறியாமையை வென்றாலே மக்கள் பெருக்கச் சுமையைக் குறைக்க முடியும் என்ற நிர்பந்தத்தில், எழுத்தறிவு இயக்கம் தீவிரமாக்கப்பட்டிருக்கிறது.

அந்நாள், முப்பத்தைந்து கோடியாக இருந்தபோது இந்தத் தீவிரம் காட்டி இருந்தால், மலையேறும் பாதையை அதிகச் சிரமமின்றி அமைத்திருக்கலாம். இப்போதோ வழி நெடுக முட்புதர்களும், பாறைகளும் குறுக்கிட்டு வழியமைக்கும் கோடே தெரியவில்லைதான். என்றாலும், பெண்களே இந்த இயக்கத்தில் முழு முனைப்புடன் செயல்பட்டு வருகிறார்கள். நம்பிக்கை ஊற்றுக்கண் தெரிகிறது.

25

அடிமை வளர்ச்சியும் அறிவியல் சாதனங்களும்

கடிகாரம் காலத்தை அளந்து கணக்கிடும் ஒரு நுட்பமான கருவியாகும். இது மோதிரத்தில் அடங்குவதாக இருந்தாலும், கோபுரத்தில் வீற்றிருந்து ஊருக்கெல்லாம் காலக் கணக்கை அறிவிப்பதாக இருந்தாலும் உள்ளிருக்கும் ஒரு சிறு அசையும் விசையினால்தான் இயங்குகிறது. அந்தச் சிறு அசைவில் ஒன்றோ டொன்றாய்ப் பொருத்தப்பட்ட பற்சக்கரங்கள் ஒவ்வொன்றும் அதற்கு ஏற்ற அளவில் சுழன்று, முடிவில்லாக் காலத்தை அளக்கும் முட்களை நகர்த்துகின்றன. ஒரு சக்கரத்தின் பல்லின் நுனி சிறிது மழுங்கினாலும், சிதைந்தாலும், கடிகாரம் நின்று போகிறது அல்லது கணக்குத் தவறுகிறது.

மனித வாழ்வும் இத்தகைய சிறு வட்டங்களின் இயக்கத்திலேயே தலைமுறை தலைமுறையாகத் தொடருகிறது எனலாம். உண்டு, உறங்கி, ஆற்றலைப் பெற்று, வளர்ந்து, மீண்டும் அவ்வாற்றலைப் பெருக்கி, நன்முறையில் உழைப்பாக்கி, வாழ்வதே வாழ்க்கை. இனப்பெருக்க விழைவு, அதனால் பெறும் இன்பம் இரண்டும் கேவலம் உடல் பரமானவை மட்டும் அல்ல. அவை ஆணும் பெண்ணும் கூடிச் சமுதாயம் தழைக்க மேற்கொள்ளும் முழுப் பொறுப்புமாகும்.

பெண் தனக்கு மக்கள் பிறந்த பின், கொண்ட ஆணைக் கவனிக்க மாட்டாள் என்பது ஓரளவு இயல்பேயாகும். ஆறறிவு பெற்ற மனிதர், உடல்பரமான வாழ்வை விடுத்த, மேலாம் தெய்வ நிலையைக் குடும்பம் என்ற எல்லைக்கப்பால், எல்லா உயிர்களிடத்தும் கருணை பூண்டொழுகும் சமத்துவப் பார்வையை எய்த வேண்டும் என்பதே பகுத்தறிவு பெற்றிருப்பதன் பண்பாடும் இலட்சியமும் ஆகும்.

எனவே, மனிதர் உயர்ந்து செல்லும்போது உடல்பரமான வேட்கைகளும்கூட அக நோக்கில் திருப்பி விடப் பெறுகிறது.

இந்தத் திருப்பம் ஆற்றலை, ஆளுமை-உள்ளாற்றலை, மிகுதிப்படுத்துகிறது. துறவிகளுக்கும் சீலர்களுக்கும் 'ஸ்ரீ' (திரு) என்றும் 'ஸ்ரீ-லஸ்ரீ', அதாவது இலட்சம் ஸ்ரீ-களுக்குச் சமமான திருவுடையார் என்றும் சிறப்பித்ததன் உட்கருத்தும் அதுவேயாம். தமக்குப் பிள்ளைகள் பிறந்த பிறகு, கஸ்தூரி பா அன்னை கருப்பைக் கோளாறினால் அவதியுற்ற காலத்தில் காந்தியடிகள், தம் முப்பத்திரண்டாம் வயதில் - (கஸ்தூரி பாவுக்கும் அதே வயது) பிரும்மச்சரியம் என்ற தவ வாழ்வின் அவசியத்தை உணர்ந்தார். உடல் பரமான இச்சைகளைத் துறக்கும் தூய்மையைக் கடைப்பிடிக்கலானார். இது ஓர் உன்னத இலட்சியம்; இதைக் கல்வியும் ஞானமும் அடையாத குருட்டு மக்களால் கடைப்பிடிக்க முடியாது.

ஆனால், மனிதர் பகுத்தறிவு பெற்றதன் பயனை, தம் வாழ்க்கையை விவேகத்துடன் அணுகும்போதுதான் எய்துகின்றனர். பெண்ணின் பாலியல் கூறுகளும், அவை சார்ந்த வேட்கையும், தாய்மை என்ற மென்மையான, ஆனால் உறுதியான ஆற்றல்களைப் பண்படுத்தும் முகமாக இயல்பாகவே முதிர்ச்சி பெறுகின்றன.

இவளுடைய இந்த இயல்புத்தன்மையைச் சிதைத்து, குடும்பத்துக்கே தகுதி இல்லாதவள் என்ற போக முத்திரையும், பொருள் முத்திரையும் இட்டு, வாணிபப் பொருளாக்கும் சமுதாய (அ)நியாயத்தை இங்கு சிந்தித்துப் பார்க்கலாம். மனிதர் உடல் பரமாகவே வாழத் தொடங்குகையில், 'ஆண்டான்' என்ற ஆணவமும், அடிமைகள் என்ற ஈனமும் பிறக்கின்றன. உழைப்பைப் புறக்கணித்து போகக் களியாட்டங்களில் தம் ஆற்றலை விரயமாக்கிய மனிதன், பெண்ணிடம் 'தாய்மை' விளைவைத் தடுக்க, அவளையும் முழு போகக் கருவியாக்கும் ஒரு செயலைச் செய்கிறான்.

'கருக்கொலை' பாவம் என்ற ஓர் அச்சம் இருந்தது. இந்தப் பாவ புண்ணியத் தடைகளெல்லாமே மனிதன் அறிவுப்பூர்வமாக நன்மை தீமை தெளியா நிலையில் விதித்துக் கொண்ட கட்டுப்பாடுகள் எனலாம். அறிவியல் தெளிவுகள் மனித சமுதாயத்துக்குக் கிடைத்த பிறகு கருச்சிதைவுக்குக் காரணம் பேய் பிடித்ததல்ல, 'தோஷம்' அல்ல, உடல் ஆரோக்கியம், ஊட்டம், ஒழுக்கம் சார்ந்த குறைகள் என்று கண்டிருக்கிறோம்.

இந்த அறிவியல் சார்ந்த தெளிவும், அறிவும், குறைபாடுகளை நீக்கி ஓர் ஆரோக்கியமான ஒழுக்க சமுதாயத்தை மலரச் செய்யப்

பயன்படவேண்டும். மாறாக, இந்த அறிவியல் அறிவாகிய கத்தி, மலர்களைக் கொய்து போடத்தான் பயன்படுத்தப்படுகிறது.

மலர்கள், பூச்சி பிடித்தவை, இது முழுத் தோட்டத்தின் சாரத்தையும் உறிஞ்சி உலை வைக்கிறது; இவற்றைக் கொய்து குவிப்பதுதான் கட்டுப்படுத்தும் வழி என்று தர்க்கரீதியான காரணங்கள் சொல்லப்படுகின்றன.

மலர்கள் மணமின்றி, நிறமின்றி, வெறும் நச்சுப்பூண்டாகக் குலுங்குவதற்கு என்ன காரணம் என்று பார்க்க வேண்டாமா? அடி மண்ணைக் கிளறி, உரமும் நீரும் பருவம் பார்த்துவிட்டுப் பேணி, வளர்க்கும்போது, அதன் கிளைகளில் ஊட்டமான, மணமான வண்ண மலர்கள் குலுங்கும்.

பெண்ணின் தாய்மை உறுப்புகளைச் சிதைப்பதும், கருவை அழிப்பதும் வெறும் உடலியல் சார்ந்த மேலோட்டமான செயல்கள் என்று கருதப்படுகிறது. இந்தச் சிதைவுகள், பெண்மையின் உயரிய மன இயல் கூறுகளையே பாதிக்கக்கூடியவை என்று எந்த நவீன மருத்துவ வல்லுநரும் கூறுவதில்லை. ஒவ்வொரு மாதமும் ஏற்படும் சூதக வெளிப்பாட்டுக்கு முன்னும்கூட ஒரு பெண் மன ரீதியாக ஒரு வகை அழுத்தத்துக்கும் சோர்வுக்கும் உட்படுகிறாள். இந்த இயற்கை நிகழ்வுக்கு, சமுதாயம் கற்பிக்கும் சில அழுத்தங்கள் (விலக்கப்பட வேண்டியவள் என்ற குற்றவுணர்வுக்குள் தள்ளல்) அவளுக்குள் ஒரு பாதிப்பைக் காலம் காலமாகத் தோற்றுவித்துக் கொண்டிருக்கிறது. அவளுடைய மென்மையான கூச்ச உணர்வுகள், முகிழ்க்கும்போதே குரூரமாகத் தாக்கப்படுவதும் கூட அபூர்வமல்ல. இந்தப் பின்னணியில், காலம் காலமாகப் போற்றப்பட்டு வந்திருக்கும் தாய்மை உணர்வு, இந்நாட்களில் பயிராகிய நல்வாழ்வை உறிஞ்சும் 'களை' என்ற நோக்கில், மூர்க்கத்தனமாக அழிக்கப்படுகிறது. போக தாகங்களுக்கான உப்புக் குழி நீரை மேலும் மேலும் அருந்தச் செய்யும் நடவடிக்கைகள் கட்டுப்படுத்தப்படவில்லை.

தாய்த்தன்மையை ஆணாதிக்கம் அடிமைப்படுத்த முன் வந்தபோதுதான் சமுதாயத்தில் ஆழ்ந்த பிளவுகளும், சுயநலங்கள் வளர்க்கும் பேராசைகளும், ஏற்றத்தாழ்வின் வன்முறைகளும் தோன்றின. பாலியல் சார்ந்த 'பலாத்காரங்களினால்' அவள் ஒடுக்கப்பட்டாள். அவள் 'கருப்பை' உடைமையையும் அவளுக்கு அந்நியமாக்கிக் கட்டுப்படுத்தவே, சதி, கைம்மைக் கொடுமை எல்லாம் அவளுக்கு இழைக்கப்பட்டன என்றாலும், அவள் அந்த அடிமை நிலையிலேனும் 'தாய்' என்ற இயல்பான உணர்வுகளைத்

தனக்குரிமையாகப் பெற்றிருந்தாள். இன்றோ, அவள் ‘கருப்பை’ முழுவதுமாக அவள் உரிமை பாராட்ட முடியாத நிலையில் நிர்ப்பந்த அழுத்தங்களுக்கு உள்ளாக்கப்பட்டிருக்கிறது.

ஓர் ஆண், குடும்ப நலம் என்ற நோக்கில் தன் விந்துக் குழாய் அறுவைச்சிகிச்சைக்குஉட்படுவதாலோஅல்லதுவேறுவகையான தடுப்புச் சாதனங்களைப் பயன்படுத்துவதாலோ, உடற்கூறியல் சார்ந்து பெண்ணைப் போல் பாதிக்கப்படுவதில்லை. ஏனெனில் ஒரு பெண்ணைத் தாயாக்கக்கூடிய புணர்வுக்குப் பின் அந்தச் செயல் அவனை உடல் சார்ந்து பாதிப்பதில்லை. ஒரு வகையில், இனியதானதொரு அழுத்தத்தில் இருந்து, விடுபடும் போக உணர்வை நிறைவேற்றிக் கொள்ளும் பயனைப் பெறுகிறான்.

ஆனால் பெண்ணோ, தன் உடலில் அந்தச் சுமையை ஏற்றுக் கொள்கிறாள். அப்போதே அவள் தன் விடுதலையான இயல்பிலிருந்து வேறுபட்டு ஒரு பெரிய பொறுப்பை ஏற்பவளாகிறாள். கன்னிமை கழியாத, கல்யாணம் ஆகாத நிலையாக இருந்தால் சமுதாய அச்சமே அவளைக் கொல்லுகிறது. உடற்சேர்க்கையின் விளைவு தாய்மையில் நிற்கக்கூடாதே என்று அஞ்சி ஒவ்வொரு விநாடியும் செத்துப் பிழைக்கிறாள்.

சங்க காலத்துத் தலைவன்-தலைவி-அகத்துறை ஒழுக்கங்களில் காதல்-களவியல்-கற்பியல் பற்றி மிகப் பெருமையாக எடுத்துக் காட்டுகிறார்களே? களவியலுக்கு உட்பட்ட தலைவி, ஒவ்வொரு விநாடியும் செத்துப் பிழைத்துக் கொண்டிருப்பாள் என்றே ஊகிக்கலாம். ஏனெனில், ‘வரைவு கடாதல்’ தோழி வற்புறுத்தல் ஆகிய செய்திகள், தலைவன் பொறுப்பற்று விட்டுப் போய் விடலாம் என்பதையும் வலியுறுத்துகின்றன.

இந்நாளைய குடும்பநலப் பிரசாரங்களில் வலியுறுத்தப்படும் கருத்து யாது? குழந்தை என்ற விளைவில்லாமல் நீங்கள் எப்போதும் இன்பம் அனுபவிக்கலாம் என்பதேயாம். இன்பம் யாருக்கு?

திருமணக் கோலத்தில் புதிய வாழ்வின் அன்பையும் நம்பிக்கை ஒளியையும் எதிர்நோக்கி இருக்கும் கன்னிக்கு, உன் கழுத்தில் இருக்கும் மாலையுடன் மாத்திரை மாலையையும் வைத்துக் கொள். ஒவ்வொரு நாளும் அதை மறக்காதே. அதுவே, அன்பு; அதுவே நம்பிக்கை, அதுவே மண வாழ்வின் பயன் என்று குரூரமாக உபதேசம் செய்யப்படுகிறது.

கருப்பைக்குள் காப்பர்-டியைச் செலுத்திக் கொள்ளுங்கள்,

இன்னும் புதிய புதிய சாதனங்கள் கண்டுபிடிக்கப்படும் போதெல்லாம், உங்கள் உடல்கள்தாம் அவற்றைப் பயன் படுத்தும் 'பூமிகள்' என்று செய்யாத குற்றத்துக்கு ஏற்கெனவே சுரண்டலிலும், வறுமையிலும் நலிந்த வர்க்கத்துப் பெண்களை மேலும் தண்டிக்கிறது. இந்த வகையில் முன்னேற்றம் பெற்ற வளர்ந்த நாடுகளுக்கும்மேல் இந்தப் பாரத நாடு ஒரு படி மேலேறிச் சென்று, கருக்கலைப்பைப் பெண்களுக்கு வரப்பிரசாதமாக வழங்கி இருக்கிறது.

பருக்கையின்றித் துடைக்கப்பட்ட சோற்றுப்பானை, உடலுழைப்பு, இரண்டுமே உரிமையாக்கப்பட்டிருக்கும் பெண்ணுக்கு, உழைப்புச் சுரண்டலில் இருந்து விடுதலையும், ஊட்டமான உணவும் உத்தரவாதமாக்கப்படவில்லை. அவள், தன் உடல் சொந்தம் என்ற உரிமையுடன் பேணிக் கொள்ள எந்த உத்தரவாதமும் அவளுக்கு அளிக்கப்படவில்லை. விழுந்த வித்துக்களைச் சுரண்டுவதற்கும், இயற்கைச் சுரப்பிகளைத் திசை திருப்பிக் கட்டுப்படுத்துவதற்கும் அவள் உடல் பாத்திரமாக்கப்படுகிறது. வித்துத் தெறிப்புக்கும் கட்டுப்பாடுகள் இல்லை.

கருத்தடை அறுவைச் சிகிச்சைகள் செய்யப்படும் மருத்துவ முகாம்களில் வெறும் காசுக்காக மனித உணர்வுகளும் கசிவுகளும் வற்ற அடிக்கப்படுவதைக் கண்கூடாகப் பார்க்கலாம்.

ஆள் பிடிப்பவருக்குக் கமிஷன். மருத்துவ சிகிச்சையில் டாக்டர், உதவியாளர் எல்லோருக்குமே அதன் பலனாகக் கிடைக்கும் பணமே ஊக்கம். அரசு மருத்துவமனைகளில், அடிப்படைச் சுகாதாரம் கூடச் செத்துவிட்ட நிலையில் கருக்குழாய் துண்டிப்புச் சிகிச்சைக்கு உள்ளாக்கப்பட்ட பெண்கள் கிடத்தப்பட்டிருப்பதைப் பார்த்தால், மனச்சாட்சியுள்ள எந்த மனிதரும் இந்த நாட்டில் மக்களாட்சி நடைபெறுவதாக ஒப்ப மாட்டார்கள். அறியாமையிலும் நிராசையிலும் அழுந்திய வாயற்ற பூச்சியாக, துடுப்பற்ற படகில், வாழ்க்கைக் கடலின் சக்திகளுடன் அன்றாடம் போராடிக் கொண்டிருக்கும் பெண்களே இவர்கள்.

உதயா என்ற அந்தப் பெண்ணுக்கு மிஞ்சினால் பதினெட்டு, பத்தொன்பது இருக்கலாம். நாற்பது கிலோவுக்கும் உட்பட்ட எடை. கண்களில் உயிரை வைத்துக் கொண்டிருக்கும் பரிதாபம். இவள் மக்களில், மூன்று வயதில் ஒரு பெண் குழந்தை; ஒன்றரை வயதில் ஒரு பெண் குழந்தை. இரண்டும் அடர்த்தியில்லாத

மண்டை தெரியும் செம்பட்டை முடியும், சூளை வயிறும் குச்சிக் கால்களுமாகக் காட்சியளிக்கின்றன. மூன்றாவது கருத்தரித்திருக்கிறாள்.

"ஏம்மா, இவளுக்கு முதல்ல கல்யாண வயசே ஆகலியே? அதற்குள் மூணாவது பிள்ளை வேற, கல்யாணம் பண்ணலாமா?" டாக்டரம்மாவின் கேள்விக்குத் தாய் தலையில் அடித்துக் கொள்கிறாள்.

"என்னம்மா பண்ணுவேன்? பழிகாரி வேலை செய்யப் போன இடத்திலே நேந்து போச்சி. அந்தப் பய என்னமோ பேசி இவளை வசப்படுத்திட்டான். வாணாம்டீ, அவன் நம்ம சாதி சனமில்ல, வேணாம்னேன். அவனைக் கட்டிக்கலேன்னா தூக்குல தொங்குவேன்னா, நான் என்னத்தைக் கண்டேன்? கிழப் புருஷனுக்கு மூணாந்தாரம்னு கட்டினாங்க. மூணாம் மாசம் தாலியறுத்து, இவள வயத்தில வச்சிக்கிட்டு நெருப்பு மாதிரி பொழச்சேம்மா. பாவி நெருப்பத் தூக்கிக் கொட்டிட்டா. கட்டி வச்சேன்..." என்று பிரேபிக்கிறாள்.

இவர்களுக்கு மனம் கவர்ந்த ஒரே பொழுதுபோக்கு சினிமாதான். எழுத்தறிவும் கல்வியறிவும் இல்லாத இவர்களுக்கு உலகப் பாடமும், வாழ்க்கைப் பாடமும் சொல்லித் தரும் ஒரே சாதனம் அதுதான். இளம் நெஞ்சங்கள், தங்களை அந்தத் திரையில் வரும் நாயக-நாயகியராகப் பாவித்துக் கொள்வதற்கு யார் தடை சொல்ல முடியும்? தங்களை அந்தக் காதலர்களாகவே பாவித்துக்கொண்டு, ஒளிந்தும் மறைந்தும் காதலைப் பரிமாறிக் கொண்டார்கள்! இந்த அனுபவம், இவர்களை உலகின் உச்சியில் கொண்டு வைப்பது போல் இருந்தது. எதிர்ப்புகள் வந்தபோது, இவனைக் கட்டாவிட்டால் உயிர் தரியேன் என்றாள். தாய், எதிர்ப்புக் காட்டிய சுற்றம் துறந்து, திருமணம் செய்து வைத்தாள். அவனுக்குக் கல்வியறிவு, தொழில், உடல் வலிமை, சொத்து, சுகம் எதுவுமில்லை. 'காதல்' ஒன்றுதான் இருந்தது. இந்தக் காதல் அடுத்தடுத்து இரு கனிகளைக் கொடுத்துவிட்டது. உடல் உழைத்துப் பிழைக்கும் தாய், இந்த மாப்பிள்ளைத் தெய்வத்தை உலகு மதிக்க நடக்க வேண்டிய கட்டாயத்துக்குள்ளானாள்.

"ஏம்மா? இரண்டாவது குழந்தை பிறந்ததுமே கருத்தடை செய்து கொண்டிருக்கலாமே?"

"ரெண்டும் பொட்டப் புள்ளையாப் போச்சேம்மா? இதுன்னாலும் ஆம்புளப் புள்ளயாப் பொறக்கணும்மா!"

"ஏம்மா, அவ ஒடம்புல சக்தியே இல்ல. இந்த நிலைமையிலே

கருத்தரிக்கலாமா? எத்தனையோ வேற சாதனம் இருக்கு. தள்ளிப் போட்டிருக்கலாமே?"

"போட்டுக்கிச்சி... அது சீப்புடிச்சி வயித்துல, நோவாயிட்டது. அது தானே வுழுந்திடிச்சி."

"புருசன் காபந்து பண்ணிக்கிறது."

அவள் நாணிக் கோணுகிறாள்.

புருசன் இந்த வகையில் எது செய்து கொண்டாலும் அவன் மேலாதிக்க உணர்வுக்குக் குந்தகம் வந்துவிடும் என்ற கருத்து இந்தப் பெண்களிடமே வேரூன்றி இருக்கிறது. தான் சக்கையாக உறிஞ்சப்படுவதை அவள் பொறுத்துக் கொள்வாள். ஆனால் புருசனாகப்பட்டவன் ஆதிக்கக்காரனாக இருப்பதே ஆண்மை அழகு என்று நம்கிறாள்.

டாக்டரம்மாள் தலையிலடித்துக் கொள்வதைத் தவிர வேறு ஒன்றும் செய்து விட முடியாது.

இந்த ஆண் குழந்தை ஆசை, முன் எந்தக் காலத்தையும்விட, இப்போது மூர்க்கமான வெறியாக, எல்லா வர்க்கத்து மக்களிடமும் பரவி இருக்கிறது.

'அம்னையோ சென்டாஸிஸ்' என்ற சோதனை முறை, பிறக்க இருக்கும் குழந்தையின் மரபுவழிக் குறைகள், நரம்புத்தண்டு, தசைக் குறைபாடுகள் ஆகிய நிலைகளைக் கண்டறிய மேற்கொள்ளப்படுகிறது. குறைபாடுள்ள 'கரு', குழந்தையாக உருவாவதைத் தடுக்க இந்த முன் சோதனை பயனுள்ளதாக இருக்கிறது. இச்சோதனை இப்போது மிகப் பெரிய வாணிப அளவில், குழந்தை ஆணா, பெண்ணா என்றறிந்து, கருவிலேயே பெண்ணை அழிக்க வாய்ப்பளிக்கிறது.

கணவன் இறந்த பின் மனைவியை உயிருடன் சிதையில் எரித்தார்கள்; பிறகு அதற்குள் அவசரப்பட்டு, கணவன் இருக்கும்போதே, பொருளுக்காக அவளை உயிருடன் எரிக்க ஸ்டவ், மண்ணெண்ணெய் என்று நியாயங்கள் செய்யப்பட்டன... இந்த முறையில் கல்யாணச் செலவு, சோறு, துணி, எண்ணெய், கல்வி என்ற செலவுகளையும் மிச்சப்படுத்தக் கருவிலேயே அழித்துவிட, அறிவியல் சாதனைகள் துணை புரிகின்றன.

உலகெங்குமுள்ள மனித சமுதாயங்களில், பெண் குழந்தைகள் விரும்பப்படாத நிலையின் சான்றுகள் தெரிய வருகின்றன. கனடா பிராந்திய 'எஸ்கிமோ' குடியினரின் பனிப் பிரதேச வாழ்வில், இன்றியமையாத மாமிச உணவுக்கான தட்டுப்பாடு வருவது சகஜம்தான். இத்தகைய பஞ்ச காலங்களில்

அவர்கள் முதலில் உணவளிக்காமல் பெண் குழந்தைகளையே பலியாக்கினார்கள் என்று ஆய்வாளர் தெரிவிக்கின்றனர். (A Profile of Primitive Culture – Elmon R.Service)

தனி மனித உடைமைகளும், வாணிபப் பொருளாதார நாணயங்களும் மனித சமுதாயத்தில் ஏற்றத்தாழ்வுப் பிளவுகளைத் தோற்றுவித்திராத காலத்தின் மிச்ச சொச்சப் பிரதிபலிப்போடு வாழும் பழங்குடி மக்களிடையே கூட, பெண்ணின் நிலை, தந்தைச் சமுதாய நாகரிகத்துக்கு உடையதாக இழிந்திருக்கிறது.

இஸ்லாம் தோன்றுவதற்கு முந்தைய காலத்து அராபியரிடையே பெண் குழந்தைகளைக் கொல்லும் பழக்கம் இருந்தது. ஏனெனில், பாலைவனப் பிரதேசத்தின் கடுமையான வாழ்க்கையைப் பெண்களால் தாங்கி எழும்ப முடியாது என்று கருதப்பட்டதாம். இந்தக் கொடிய பழக்கத்தைக் கைவிட்டுப் பெண் குழந்தைகளை அன்புடன் வளர்க்க வேண்டும் என்றும், அல்லா அவர்களுக்குச் சக்தி கொடுக்க வல்லவர் என்றும் 'குரான்' கருத்துரைக்கிறது.

இன்றோ, இயற்கையை எதிர்த்து வெல்லும் சாதனைகளில் மனிதர் மார் தட்டிக் கொண்டிருக்கும் காலம். பெண் அவனுக்கு உட்பட்டவள். வேண்டும் என்றால் அவளை வாழ விடலாம்; வேண்டாம் என்றால் அழிக்கலாம். இந்த ஆதிக்கத்தின் சூக்குமம் அவளை, அவளைக் கொண்டே அழிக்கச் செய்யும் ஒரு கலாசாரத்தை உருவாக்குவதில்தான் இருக்கிறது!

26

தேய்ந்து வரும் மனிதச் சங்கிலிகள்

“இத பாருங்க...! உங்கம்மாவுக்கு வைத்தியம் செய்ய பட்டணம்தான் நல்ல இடம்னு இங்க நம்மகிட்டத் தள்ளி விட்டுடப் போறாங்க! வயசு அறுபதுக்கு மேலே ஆச்சு. அவங்களால ஒரு வேலையும் செய்ய முடியாது. உங்க தம்பி பொண்சாதி சாமர்த்தியம் பாருங்க! ரெண்டு பேரும் சம்பாதிக்கப் போனதால், இத்தனை நாள் பிள்ளைங்களைப் பார்க்க, அடுப்படி வேலை செய்ய மாமியார் வேண்டி இருந்தது! இப்ப ரெண்டு பிள்ளைகளும் பெரிசாப் போனதால அவுங்களே பார்த்துப்பாங்கன்னு தைரியம்... நீங்களும் சாமர்த்தியமா கழிச்சிக் கட்டப் பாருங்க! வீடு ரொம்பச் சின்னது, இங்கே பத்து நாளைக்கி ஒரு தரம்தான் தண்ணீர் விடுறான். மதுரையில் இல்லாத வைத்தியமா இங்க? கமலிக்கும் உடம்பு சரியில்ல. ‘யூட்ரஸ் ட்ரபிள்’, டாக்டர் ரெஸ்ட்ல இருக்கணும்னு சொல்லி இருக்கிறார்னு எழுதிப் போடுங்க!...” என்று கணவனுக்கு உரையேற்றும் இடைநிலை வர்க்க வீட்டரசிகள் சாதாரணமாக எல்லா இடங்களிலும் இருக்கிறார்கள்.

உலகெங்கும் பரவியுள்ள நுகர்பொருள் சாதன நாகரிக வண்மை, மனிதர் வாழ்முறையை அடியோடு மாற்றி இருக்கின்றது. ஒரு தலைமுறைக்கும் இன்னொரு தலைமுறைக்கும் இடையே பாலமாக இணைக்கக்கூடிய பாசங்களும் புரிந்து கொள்ளலும் துண்டிக்கப்படுகின்றன. ஒவ்வொரு தனி நபரைச் சுற்றிலும் சுயநல வட்டங்கள் அமைந்திருக்கின்றன. வாழ்க்கைச் சாதனங்களின் விலையேற்றமும், தேவைகளின் பெருக்கமும், குடும்ப வருவாயைப் பெரியளவில் பெருக்கிக் கொள்ள வேண்டிய கட்டாயத்தைக்கொண்டு வந்திருக்கின்றன.

குடும்பப் பந்தங்களை இழுத்துப் பிடிக்கும் இடைநிலைக் குடும்பங்களில், ஆண்-பெண் என்ற இருபாலாரும், வீட்டுக்கு

வெளியே சென்று உழைக்கும் நெருக்கடியில் மரபுகள், குடும்பப் பசைகளை இழுத்துப் பிடிக்க இயலாத நிலையில் சிரமப்படுகிறார்கள். அநேகமாக, குடும்பப் பொறுப்பை ஏற்கும் பெண்ணே நடைமுறைக் காரியவாதியாக இருக்கிறாள்.

வயது வந்த ஆணும் பெண்ணும் திருமணம் செய்து கொண்டு புதிய குடும்பம் அமைத்து தலைமுறை கண்ட நடைமுறைகள் இன்று குளறுபடியாகிவிட்டன.

'வயது வந்த என்ற தகுதிக்கு முன், கல்வி, பொருளாதாரம் சுயச் சார்புக்கான வேலை அல்லது தொழில் ஆகியவை முக்கியத்துவம் பெற்றுவிட்டன'. ஒரு வகையில் குழந்தைத் திருமணங்கள், நகர நாகரிக மக்களிடையே ஒழிந்திருப்பதற்கு, இந்த முன்னுணர்வுகளும் காரணமாகின்றன.

சமுதாயம் ஒழுக்க வரையறையுடன், இயங்க வேண்டு மானால், (உடல் அளவில்) வயது வந்த பெண்ணும் ஆணும் திருமண பந்தத்துக்குள் இணையவேண்டும் என்ற சமூக நியதி, கூடுமான வரையிலும் பாலிக்கப்பட்டது. ஆனால், இதனால் ஒழுக்கக் கேடுகள் நிகழவே இடம் இருந்ததில்லை என்று சொல்லி விட முடியாது.

இளம் கைம்பெண்கள் முடக்கப்பட்டாலும், பாலியல் ரீதியாக அவர்கள் வாழ்நாள் முழுவதும் தவமியற்றும் சூழ்நிலை இருந்திருக்கவில்லை. அலுவல் காரணமாகவோ, வேறு காரணங்களாலோ, மனைவியரைப் பிரிந்து வேற்றூர்களில் தங்கிய நாட்களில் ஆடவர் விலைமகளிரைத் தொடர்பு கொள்வது இயல்பாக இருந்தது. சில சந்தர்ப்பங்களில் முறைமை இல்லாத தொடர்புகளில் சிக்க வைத்ததும் நேராமல் இல்லை, என்றாலும் குடும்ப அமைப்புகள் முற்றிலும் தகர்ந்து விடவில்லை.

இந்தப் பிணைப்புக்குப் பெரும்பாலும் பெண்ணே காரணமாகத் திகழ்ந்தாள். ஏனெனில், எந்த நிலையிலும் அவள் தன் உரிமைகளைக் கோரியதில்லை. எல்லா அநீதி களையும் துன்பங்களையும் பொறுத்தாள்; தன்னை ஒரு இயங்கும் பூச்சியாக்கிக் கொண்டு, குடும்ப அமைப்பை, ஓர் உயிர்க் கூண்டாகச் செய்து கொண்டிருந்தாள். தலைமுறை தலைமுறையாக இந்தக் கூண்டை, வேற்றுக் குடும்பத்துப் பெண் வந்து மிளிரச் செய்தாள். குழந்தைகள் தூய பாசத்துடன் வளர்ந்தார்கள். தகப்பனைக் காட்டியவள் தாய்; அத்தை, சிற்றப்பன், சித்தி என்றும், மாமன், மாமி என்றும் தன் பிறந்த வீட்டையும் குழந்தைக்கு உறவால் இணைப்பை ஏற்படுத்தினாள்.

புதிய தலைமுறைகளுக்கும் இந்த உறவுகள் தொடர்ந்து வரச் செய்தாள்.

இந்த அமைப்பு, மனித சமுதாயத்தின் ஒரு பசுமையான, உயிர்த்துவமுள்ள கட்டமைப்பாக, இரத்த பந்தமுள்ள மனிதத் தொகுதிகளை உள்ளடக்கி வைத்திருந்தது.

தந்தை நாயகச் சமுதாயத்தில் ஆண் என்பவன் அதிகார உரிமைகள், உடைமைகளை ஆள்பவனாகவும் பெண் ஏனைய அன்றாட நிர்வாகப் பணிகளை, வீட்டைப் பராமரிப்பதை ஏற்பவளாகவும் பங்கேற்றிருந்தனர். இத்தகைய பங்கேற்புகளுக்காகவே இந்த அமைப்பு குடும்ப உறுப்பினராகிய ஆண்-பெண் மக்களை அவரவருக்கென்ற அச்சில் வைத்து உருவாக்குவது போல் உருவாக்கிக் கொண்டிருந்தன; உருவாக்கு கின்றன.

ஒரு தந்தை மனைவியை இழந்தால் இன்னொரு மனைவியைக் கொண்டு வருவான். அவன் குழந்தைகள் பிஞ்சுப் பருவத்தில் ஆதரவற்றுப் போவார்கள். தாய் என்ற இடத்தையும் அந்தப் புதிய பெண் ஏற்க வேண்டும். ஏனெனில், தந்தை 'தாய்' நிலையில் நின்று மக்களைப் பாலிப்பது மிக மிக அபூர்வம். அவன் தாய் என்ற இடத்தை நிறைவேற்ற ஒரு பெண்ணைக் கொண்டு வரும்போது, வந்திருக்கும் பெண்ணுக்கும் கூட ஒரு வகையில் துரோகம் செய்கிறான்; இல்லையேல் தான் பெற்ற மக்களுக்குத் துரோகம் செய்தவனாகிறான்.

ஆனால் தந்தையை இழந்த மக்களோ, எந்நாளும் தாயினால் வஞ்சிக்கப்படுவதில்லை. தந்தையுமாகி, அவள் குடும்ப அமைப்பைத்தன் முழுச் சக்தியையும் கொண்டு காப்பாற்றுகிறாள். பொருளாதாரச் சார்பு ஒன்றே குறையாக இருப்பதால், அந்த இடத்தைத் தாய் எப்படியோ உழைத்துப் பாடுபட்டு நிறைவு செய்து விடுகிறாள்.

அதே மகன் பிற்காலத்தில் தாய்க்குத் துரோகமிழைக்கக் கூடும். ஆனால் கணவனை இழந்த ஒரு பெண், பெற்ற குழந்தைக்குப் பேராதரவாகத் திகழ்வதுடன், அவனிடம் அன்பையும் பாசத்தையும் கொட்டுகிறாள். அதுவும் வாழ்ந்த காலத்தில், குடிகாரனாகவும் பெண் பித்தனாகவும் இவளுக்குத் தீங்கிழைத்தவனை நினைவூட்டும் வகையில் அதே முகச்சாயையுடன் அந்தக் குழந்தை இருந்தாலும்கூட, அவள் பன்மடங்கு அதிகமாக, அக்குழந்தையை நேசிக்கிறாள். சார்ந்திருக்கிறாள். முதுமையிலும் பிரிந்து செல்வதை

நினைப்பதில்லை. இந்தச் சார்பு, இவளையும் மகன் மீது உரிமை கொண்டாட வந்திருக்கும் புதியவளையும் நேர் எதிரிகளாக்குகின்றன. மிக இளம் பருவத்தில் தந்தையை இழந்த மகன் மீது இவள் பதித்த செல்வாக்கு இளந் தலைமுறைகளிடம் தோல்வியடைகிறது. எனினும், புதிய தலைமுறையின் சுயநல சிந்தைகளைப் பொறுக்கிறாள், அன்பு செலுத்துகிறாள்.

கல்வியும் பொருளாதார சுயச்சார்பும் உடைய ஒரு பெண், வெளி உலகின் நடப்புக்களை அன்றாடம் சந்திப்பதால், சுயநலத்திலும், புரிந்து கொள்ளலிலும் சற்றே விரிந்த மனப்போக்கு உடையவளாக இருக்கிறாள்.

ஆனால், அந்த வாய்ப்புகளற்ற பெண், நடை, உடை பாவனைகளில் புதிய தலைமுறையைப் பிரதிபலித்தாலும், மன அளவில் சிறிதும் பண்படாத குறுகிய எல்லைகள் உடையவளாகவே இருக்கிறாள். அத்துடன் அதே அடிப்படையில் தன் உடைமை, சேலை, நகை, கணவன், வீடு என்ற சுயநலங்களை வளர்த்துக் கொண்டிருக்கிறாள். பொருளாதார சுயச்சார்பு உடைய மனைவியைக் காட்டிலும் இந்த மனைவியே கணவனிடம் அதிக உரிமையுடன் ஆதிக்கம் செலுத்துபவளாக இருக்கிறாள். இவள் ஆதிக்கம், மாமி, நாத்தியை வெறுப்பதாக இருப்பதைக் கணவனும் ஒத்துக் கொள்கிறான். ஏனெனில், அவனுக்கு இது ஒரு வகைச் சுயநலமாகவும், தப்பித்துக் கொள்ளும் மனப்பாங்குக்கு ஒத்ததாகவும் ஆகிறது. மேலும், பொருளாதாரம் சார்ந்து தன்னையே அண்டி இருக்கும் இவள் மீது அவன் ஒரு வகையான நம்பிக்கை கொண்டிருக்கிறான். காலம் காலமாக வந்திருக்கும் ஆண் என்ற மேலான உணர்வு ஊறுபடுவதில்லை.

மனைவி, சமமாகக் கல்வி கற்று, ஊதியம் பெறும் ஒரு பணியில் ஊன்றியவளாகவும் இருக்கும்போது, உள்ளூற அவனுடைய 'ஆண்' ஆதிக்க உணர்வுக்கு அது ஒரு சவாலாகவே படுகிறது. இதனாலேயே, அவளுடைய சிறு சிறு சிலும்பல்களும் இவனுக்குப் பூதாகாரமாகத் தோன்றுகின்றன. குடும்பத்தில் அவளைப் போன்று பொருளாதார உரிமைகளுக்கு வாய்ப்பு இருந்திராத முதிய தலைமுறையினர், இவனுடைய தாயோ, மற்ற உறவினரோ அதைச் சுட்டிக் காட்டி, "சம்பாதிக்கிற திமிர் அவள் யாரையும் லட்சியம் பண்ணல" என்ற பொருமலை வெளியிடுகின்றனர். அவனுக்கு அது தூபம் போட்டாற் போலாகிறது. மூர்க்கத்தனமாக அவளை அடக்கி ஒடுக்க முற்படுகிறான். அவளுடைய நடவடிக்கைகளைக் கண்களில்

எண்ணெய் ஊற்றிக் கொண்டு பார்க்கிறான். ஒழுக்கத்தில் மாசு கற்பிக்கவும் கூடத் தயங்குவதில்லை.

இன்னும் மேலே சென்று, மன அரிப்புகளைத் தாங்க முடியவில்லை என்று சிகரெட், குடி போதைப் பழக்கங்களுக்கு நியாயம் கற்பித்துக் கொள்கிறார்கள். குடும்ப கண்ணியத்தையும், ஒத்திசைவையும் கருதி, ஊதியம் பெறும் உழைப்பாளியான மனைவி, அவன் எதிர்ப்புகளைப் பொருட்டாக்காமல் அவனது அடக்கி ஒடுக்கும் போக்குக்கு விட்டுக் கொடுக்கிறாள். இரட்டைச் சுமையைச் சுமக்கிறாள். தன் பெற்றோரைவிட, மாமன், மாமி, நாத்தி என்ற புகுந்த வீட்டு உறவினர்களுக்கு அதிகம் கடமைப்பட்டவளாக நடந்து கொள்கிறாள்.

இத்தகைய பெண்ணின் கல்வியும் பொருளாதார சுயச்சார்பும் குடும்ப அமைப்பு, ஒடுக்குதலுக்குப் பணிந்து செல்லும் ஒரு நிர்பந்தத்தையே அவளுக்கு விதிக்கிறது. ஏனெனில், குடும்ப அமைப்பை உடைக்கும் மன வலிமை ஒரு பெண்ணுக்கு – சராசரி இந்தியப் பெண்ணுக்கு நிச்சயமாக இல்லை. காரணங்களில் ஒன்று, பத்திரமின்மை; இரண்டு, குழந்தைகள்பால் உள்ள இயல்பான பொறுப்பும் பாசமும் ஆகும். வாழ்க்கையில் தனித்தன்மை பெற்றுத் திகழும் ஒரு பெண்ணுக்கு, மணவாழ்வு வெற்றிகரமாக அமைவது அபூர்வமே. கணக்கெடுத்துப் பார்த்தால், மிகப் புகழ் பெற்ற அறிவாளிகளான ஆராய்ச்சியாளர்கள் போன்ற வல்லுநர் தம் தம் மனைவியரை, அதாவது சமமான கல்வியும் திறமையும் பெற்றவர்களை, தனித்துவம் உடைய பெண்களை, எந்த வகையிலேனும் அடக்கித்தான் தன் புகழை நிலை நாட்டிக்கொள்கின்றனர் என்ற உண்மை விளக்கமாகும்.

இந்த வகையில் காதல் திருமணங்கள் கூட விதிவிலக்கல்ல. சமமான ஒரே துறையில் பயின்று, பழகி, மணம் புரிந்து கொள்ளும் தம்பதியருள், பெண் தனது கணவனை உயர்த்தி விடுவதற்குரிய உதவிகள் அனைத்தையும் செய்கிறாள். பின்னர் அவனுடைய மனைவி என்ற புகழிலேயே நிறைவு பெறுகிறாள். ஆனால் ஆண் அத்தகைய ஒரு பங்கேற்பை ஏற்பது மிக மிக அபூர்வமானது.

காலம் காலமாக இந்தியச் சமுதாயத்தில், நியாயமற்ற மதிப்பீடுகளை வைத்துப் பாலிக்கப் பெற்ற வருண பேத சமுதாயக் கூட்டமைப்பு, தகர்ந்து கொள்ளும் சூழ்நிலை வந்துவிட்டது. அரசியல் மாற்றமும் அறிவியல் முன்னேற்றங்களும், கல்வியும் சமுதாய மாற்றத்தில் பெண்ணின் முக்கியத்துவத்தை மேலும் அழுத்தமாக்கி இருக்கின்றன. பெண் என்ற நிலையில் நின்று

சிந்திக்கத் தொடங்கிய விழிப்புணர்வும் வளர்ச்சியும், இதுகாறும் சமயமும், சமுதாயம் சார்ந்த நிறுவனங்களும் நெறிப்படுத்தி வந்திருக்கும் பெண் தொடர்பான கருத்துகளை மறு பரிசீலனை செய்யும் அளவுக்கு ஆங்காங்கு வலிமை பெற்று வருகின்றன.

குடும்பம் என்ற கூட்டமைப்பில் சமமான பங்கேற்பு இல்லாத முரண்பாடுகள், பெண் நிலை வாத உணர்வு பெற்ற பெண்களிடம், குடும்ப அமைப்புகளைத் தகர்க்கும் மேலை நாட்டுக் கருத்துகளைப் பேச்சளவில் ஊக்குவிக்கும் அளவுக்குக் கூர்மை பெற்றிருக்கின்றன.

என்றாலும், மேலை நாடுகளின் நடைமுறைகளான, திருமண பந்தமின்றிச் சேர்ந்து வாழுதல், வாடகைத் தாய்மை (surrogate mother) போன்ற பல கூறுகள் இங்கே ஏற்றுக் கொள்ளப்படக்கூடிய சூழலும் இல்லை. "எங்களுக்கு நீதி வழங்காத குடும்ப அமைப்பை நாங்கள் ஏன் கட்டிக் காக்க வேண்டும்? கருவுற்று மக்களைப் பெறும் ஒரு பொறுப்பை ஏற்றியிருப்பதால்தானே அநீதிகளுக்குக் கட்டுப்பட வேண்டிய கட்டாயம் வருகிறது? கருப்பைப் பொறுப்பை ஏற்காமல் விடுதலை பெறுவோம்!" என்று முழங்கவில்லை; தாய்மையே பெண்மையின் அடையாளமாகக் கருதப்படும் இந்திய மரபு, மேலைநாட்டு மரபுக்கு முற்றிலும் வேறானது மேலைநாட்டு மரபில், ஒரு பெண் இன்னாருக்கு உரியவள், இன்னாரின் புதல்வி என்ற இரு நிலைகளில் மட்டுமே குறிக்கப் பெறுகிறாள். அவளுடைய குடும்பப் பெயருடன் 'மிஸ்' (திருமணமாகாத) 'மிஸஸ்' (திருமணமாகி ஒருவரின் உரிமைக்குட்பட்டவள்) என்ற குறியீடுகளால் அழைக்கப் பெறுகிறாள். அவளுடைய தனித்துவத்தைக் குறிக்கும் பெயருக்கும் கூட மதிப்பு இல்லை.

ஆனால் இந்திய மரபில், பெயருடன் இணையும் 'அம்மா' என்ற தொடர் அவளைத் 'தாய்மை'ச் சிறப்புடன் இணைக்கிறது. இரத்தத்துடன் ஊறிய இந்த உணர்வு, அவளைக் குடும்பத் தகர்ப்புக்கு அனுமதிப்பதில்லை. இறுதி வரை போராடுகிறாள். உடைப்பவன் அநேகமாக ஆண்தான்.

27

குற்றவாளி யார்?

ஏறக்குறைய முப்பது ஆண்டுகளுக்கு முன் வண்ணம் கொழிக்கும் அமெரிக்க நாட்டில் பயின்று நாடு திரும்பியிருந்த ஒரு கல்வியாளர், அந்நாட்டின் மேன்மைகளை, மக்களின் உழைப்பை, வண்மையைப் போற்றிப் பேசிக்கொண்டிருந்தார். அந்த நாட்டின் வண்மை வசதிகளைப் பற்றி அறிந்தபோது, உண்மையிலேயே வியப்பாக இருந்தது. நம் நாட்டிலும் எப்போது அந்த வண்மைகள் வருமோ என்ற ஏக்கம் தோன்றியது.

இறுதியில் அவர் பேசுகையில் "அந்நாட்டில் ஒரு முக்கியமான பிரச்சனை, 'இளம் குற்றவாளிகள்' என்று குறிப்பிட்டார். எந்தப் பொருளும்-தேவையும் உடலுழைப்பின் சிரமமின்றிக் கிடைக்கும் சூழலில் அவர்களுக்கு உண்மையான ஒரு 'த்ரில்', அல்லது 'குபீர்ப் புளகம்' அனுபவிக்கும் ஆவல் அதிகரிக்கிறது; இதற்காகவே திருடுகின்றனர்; குற்றங்கள் புரிகின்றனர்; போதை மருந்துகள் உபயோகிக்கின்றனர். மேலும் குடும்பங்களில் தாயும் தகப்பனும் மக்களை நம் நாட்டு மரபு போல் நெடுநாட்கள் பேணிப் பாதுகாப்பதில்லை..." என்றெல்லாம் விவரித்தார்.

அவர் பேச்சைக் கேட்டபோது, இளந்தலைமுறையினரைப் பாழாக்கும் இத்தீமைகளுக்குக் காரணமான பொருள் சார்ந்த வண்மை வசதிகள் நமக்கு இல்லாவிட்டாலும் பாதகமில்லை. பொருள் வறுமையைப் பங்கிட்டுக் கொள்ளும் ஒரு சமத்துவப் போராட்டத்தில், அக வறுமையும், சூனியமும் வருவதற்கில்லை என்று நினைத்தேன்.

ஆனால் இந்நாட்களில் நம் வறுமையும் பன்மடங்கு பெருகியுள்ளது. வளமையின் மித மிஞ்சிய குவிப்பின் தீமைகளும் நம் சமுதாயத்தை வந்தடைந்திருக்கின்றன. போதைப்பொருள் பழக்கத்துக்குப் பெரு முதலாளித்துவமும், மனித மதிப்பீடுகளின் சரிவும், வறுமைக்கும் வளமைக்கும்

இடைப்பட்ட பெரும் பிளவுடன் கூடிய சமுதாய (அ) நியாயங்களும் காரணங்களாகின்றன.

பாரத நாட்டில் கஞ்சா, அபின், மதுப் பழக்கங்கள், வயிற்றுக்கில்லா வறுமையுடன் முன்பு தொடர்பு கொண்டிருந்தன. வயிறு நிறையாத எரிச்சல் தெரியாமல் ரிக்ஷா இழுப்பவனும், கல்லைக் கட்டி இழுத்து இட்லி, தோசை மாவு அரைத்தவனும் போதைக்குப் பழக்கமாகி இருந்தனர். வாழ்க்கையின் வண்மைகளைக் காண இயலாத ஏமாற்றங்கள் ஆட்கொண்ட நிலையில், வறுமை காரணமாகக் குடும்ப சக்திகள் துண்டுபட, உதிரிகளாய்த் தெருக்களில் எச்சில் இலை பொறுக்கி வயிறு வளர்க்க விடப்பட்ட இளஞ்சிறார், போதைப்பொருள் கண்டு கூசாமல் அதை அனுபவிக்கத் துணிந்து வளையத்தில் விழுந்திருக்கிறார்கள். இந்த அவலங்களுக்கு அடிநிலைக் காரணம் பொருளாதார வறுமையாக இருந்தது. ஆனால், இப்போதைய நவீன காலப் போதை அலையில் தாக்குண்ட சிறார் அனைவரும் அத்தகைய வறுமையை அறிந்ததில்லை.

பெரு முதலாளித்துவம், எவ்வாறு பெண்ணுடல் வாணிபங் களில் மனித நீதிகள், மதிப்புகள், மனிதத்தன்மைகளைப் பலி கொள்கின்றதோ, அதே வகையில் இந்த வாணிபத்தையும் உலகெங்கும் பரப்பி இருக்கிறது. போதைப்பொருள், பெண் உடலைக் காசாக்கும் ஃபிலிம் சுருள், வன்முறைக்கான கொலைக்கருவிகள், கள்ளக்கடத்தல் ஆகிய வாணிபங்கள், ஒன்றோடொன்று தொடர்பு கொண்டிருப்பதை இந்நாட்களில் சாதாரண பாமரர் கூட அறிந்திருக்கின்றனர்.

இளைஞரைச் செயலிழக்கச் செய்ய, ஒரு நாட்டின் வளமான முன்னேற்ற எழுச்சியைச் சீரழிக்க, இந்த வாணிபம் உதவுகிறது. கொலைக் கருவிகளைப் பெற இந்த வாணிபம் முறைகேடாகப் பெறும் பொருளாதாரம் இருக்கிறது. கொலைக்கருவிகளின் உற்பத்தியினால் உலகச் சந்தையை வளர்க்கும் முதலாளித்துவம், அதற்கு இரையாகச் சிறு சிறு நாடுகளை, வளர்ந்து வரும் நாடுகளைத் தன் களமாக்கிக் கொள்கிறது. பல்வேறு விதங்களிலான சமுதாய, அரசியல் அநீதிகள் இந்நாட்களில் உலகெங்கிலும் உள்ள இளைஞர் சமுதாயத்தை ஏதேனும் ஒரு வகையில் கொந்தளிக்கச் செய்திருக்கின்றன.

இந்தக் கொந்தளிப்புகள், அநீதிக்குப் பரிகாரம் தேடும் வகையில் மக்களை ஒன்று சேர்த்து இயக்கும் அளவுக்கும் முதிருவதில்லை.

பெருமுதலாளித்துவம் சார்ந்த அரசியல் அழுக்குகள் ஆங்காங்கு எப்போது வெளிப்பட்டாலும், கீழ்த்தரமான சுரண்டல்களையும், போர்வை கிழியக் காட்டுகின்றன. எனவே, மரபு வழிப்பட்ட நிறுவனங்கள், ஒழுக்கக் கட்டுப்பாடுகள் எல்லாமே பொய்யானவை என்ற ஒரு நிராசைக் கருத்து இளம் தலைமுறையினரிடையே வலுப் பெற்றிருக்கிறது. எனவே, தூலமாகவும், சூக்குமமாகவும் இவற்றை உடைக்கும் கொள்கைகளில் அவர்கள் தங்களை வெளிப்படுத்திக் கொள்கின்றனர்.

இத்தகைய குறிக்கோள் இல்லாத இளைஞர் பலர், போதை மயக்கத்தில் தங்களைப் பலி கொடுக்கின்றனர். சிலர் கட்டுப்பாடற்ற எழுச்சியில் தங்களை வன்முறைகளில் ஈடுபடுத்திக் கொள்ளும் பயங்கர இயக்கங்களில் இணைந்து செயல்படுகின்றனர்.

வன்முறைகள், அதை ஒடுக்க அரசு சார்ந்த குரூரங்கள், பழி வாங்குதல் என்று தொடர்ந்து சங்கிலிக் கணுக்களாய்ச் சமுதாயங்களிலிருந்து உடைபட்ட மனிதத் தொகுதிகள், உலகெங்கும் வன்முறைக் குரூரங்கள் கொண்டு மானுடத்தை அழிக்கும் முயற்சியில் ஈடுபட்டிருக்கின்றன. “பெண் இயல்பிலேயே வன்முறைக்கு எதிரானவள். அவள் தொன்றுதொட்டு அநாகரிக விலங்கியல் நெறிகளைப் பண் படுத்துவதில் மனித சமுதாயத்துக்கு இன்றியமையாத பங்கைச் செலுத்தி வந்திருக்கிறாள். அடிமையாக மறுப்பவர்களைக் கொன்று விடும் இயல்புடையவன் ஆண். இதனாலேயே, பெண்தான் அடிமைப்பட்டு அவனை அஹிம்சை வழிப்படுத்தி இருக்கிறாள். குடும்பத்தின் விளக்காக அன்பு நெறியையும் பாசத்தையும் வளர்த்து, சமுதாயத்தை ஆக்கப்பூர்வமாகச் செழுமைப்படுத்தி வந்திருக்கிறாள்” என்று அமரகவி பாரதி போற்றுகிறார். அவள் தன் தாய்மைப் பண்பினால் வைதாரையும் வாழ வைக்கும் நெறியில் திகழ்ந்து வந்திருக்கிறாள்.

எனவே, இந்தியச் சூழலில், இன்னமும் குடும்ப அமைப்பை இழுத்துப் பிடித்துக் கொண்டிருக்கும் பெண், போதைப் பழக்கத்துக்கும் குடிப் பழக்கத்துக்கும் உள்ளான கணவனையும் பிள்ளையையும் திருத்தும் சுமையையும் ஏற்கிறாள்; முணுமுணுக்காமல் பாரம் சுமந்து படி ஏறுகிறாள்.

“பையன் ஒழுக்கம் சரியில்லே. குடிக்கிறான்; சூதாடுகிறான். ஒரு கால் கட்டைப் போட்டால் தன்னால சரியாகிடுவான்” என்று

அவனை வளர்த்து ஆளாக்கிய பெற்றோர், முன் பின் தெரியாத ஒரு பெண்ணின் தோள்களில் அவனைத் திருத்தும் சுமையை ஏற்றி வைப்பது சமுதாய ரீதியான வழக்கமாக இருக்கிறது.

அவள் பொருளாதார உற்பத்தியை ஏற்று, வரதட்சணைக்குத் தலை குனிந்து, சமையல், வீட்டு நிர்வாகம், குழந்தை வளர்ப்பு என்ற பொறுப்போடு கணவனை நல்வழிப்படுத்தவும் தன் நலங்களை விட்டுக் கொடுக்க முன் வருகிறாள். ஏதேனும் ஒரு கடமையிலிருந்து இவள் சிலும்பினாலும் மொத்த ஓவியமும் பாழாகிறது.

அறியாமல் போதை வளையத்தில் விழும் மக்களின் பெற்றோர் சமுதாயத்தில் புரையோடி வந்திருக்கும் தீமைச் சுழல்களின் பாதிப்புகளை, ஏற்க வேண்டிய கட்டாயம் வருகிறது. பாதிப்புகள் எப்படிப் பார்த்தாலும் பெண்ணுக்கே பெரும் சுமையாகிறது.

இந்த உண்மை, பெண் விடுதலை, சமுதாய சமத்துவம் என்ற இலக்குகள் தனித்தனி வரையறைகளுக்கு உட்பட்டதல்ல என்பதை ஐயமற விளக்குகிறது. ஆனால் இந்த உண்மையை, பெண் சார்ந்த சமுதாயச் சிக்கல்களுக்குத் தீர்வு காண முயலும் எவரும் உணர்ந்ததாகத் தெரியவில்லை. உணர்ந்தாலும் ஒத்துக் கொள்வதில்லை.

குடித்துக் குடித்துக் குடல் நோவு வந்து படுத்திருக்கும் இளம் கணவனிடம் இருந்து, மணவிலக்குப் பெறுவது பற்றித் தீவிரமாகச் சிந்தனை செய்யும் இளம் மனைவிக்கு, அது நியாயம் என்று எவரும் கூற மாட்டார்கள். “இவளால்தான் அவன் இவ்வளவுக்கு அதிகமாகக் குடிக்கத் தொடங்கினான். ஆண் பிள்ளை, கொஞ்சம் அப்படி இப்படி இருந்தாலும் இவள்தானே அனுசரித்துப் போக வேண்டும்? அவனுக்கு நேரத்துக்குப் பிடித்த சமையல் பண்ணிப் போடாமல், கடனே என்று எதையோ செய்துவிட்டு ஆபீசுக்கு ஓடி விடுகிறாள். வீட்டுக்குக் காலத்தில் வந்து புருஷனைக் கவனியாமல் அவளும் ஓட்டல், சிநேகிதர்கள் என்று போய்த்தான் இப்படி ஆயிற்று. இப்போது ‘டைவர்ஸ்’ என்று நிற்கிறாள். இதற்குத்தான் வேலை செய்யும் பெண்ணாக இருந்தாலும் குடும்பப் பாங்காக இருப்பாளா என்று பார்க்க வேண்டும்!” என்று உலகம் நியாயம் பேசுகிறது. போதை மருந்துகளுக்கு அடிமையாகும் சிறுவர்களின் தாய்மார், கிளப், சீட்டாட்டப் பார்ட்டி, சமூக சேவை என்று வீட்டில் தங்காமல் வேலைக்காரர் வசம் வீட்டை ஒப்படைத்து

விட்டுச் செல்வதால்தான் அவர்கள் அந்தப் பழக்கங்களுக்கு ஆட்படுகிறார்கள் என்று தாய்மார்களையே சமுதாய நியதி குற்றம் சாட்டுகிறது. அத்தகைய தாய்மார்கள் சமுதாயத்தில் மிகச் சிலரே இருக்கலாம். அதற்கும் அடிப்படைக் காரணங்கள் இல்லாமல் இருக்காது. ஆனால், பெண்ணின் சார்பில் அவள் குறைகளுக்கு எவரும் நியாயம் பேசுவதில்லை. மாறாக, ஒரு சிறு சதவிகிதக் குற்றங்களும், பொதுத்தன்மையுடையதாகப் பெண்கள் பேரில் ஏற்றப்படுகின்றன.

எய்தவர் எங்கோ இருக்க அம்பு பழி ஏற்கிறது.

28

மகளிர் மேம்பாடு – தானமேந்தும் பாத்திரங்கள்

கோணல் வகிற்றுக் கூந்தலை பஃப் வைத்து வாரி, கொண்டை போட்டுக் கொண்டு, குட்டைக்கை ஜம்பரும் ஒயிலாக உடுத்திய பாண்டிச்சேரி சில்க் சேலையும் நாகரிகச் செருப்பும் அணிந்து, ஒற்றைக் கைக் கடிகாரம், மற்ற கை வளையல், அழகுக் கைப்பை என்று முப்பது வயதுகளில் 'லேடீஸ்' கிளப்புக்குச் சென்ற 'பெண்'ணை அப்போது பெரும்பான்மைச் சமுதாயம் வரவேற்று ஆதரிக்கவில்லை. அந்த நாகரிகம் ஆங்கில மோகத்தில் பிறந்தது; ஐ.ஸி.எஸ். கணவன்மார்களைக் கொண்ட உயர் வர்க்கத்துக்குரியது என்ற கருத்தே நிலவியது. அத்தகைய 'கிளப்' சீமாட்டிகள், வீட்டில் இந்திய மரபுகளை அலட்சியம் செய்வார்கள். 'வெள்ளைக்கார லேடி'களைப் போல் பிற ஆண்களுடன் நடனமாடுவதும் மது அருந்துவதும் பழக்கமாகிவிடும் என்ற அச்சம்கூட இருந்தது. எனவே, அந்த வர்க்கத்தில்கூடக் கணவனின் கட்டாயத்துக்காக இந்த நாகரிகங்களைப் பெண்கள் ஒரு சிலரே ஏற்க முன்வந்தனர்.

ஆனால் காந்தியடிகள், 'காங்கிரஸ்' என்று அடித்தளமிட்ட அமைப்பில், பெண்களைப் பொது வாழ்வுக்குக் கூவி அழைத்த போது, பெண் சமூகத்தினரிடையே, ஒரு புதிய அலையே தோன்றிப் பரவியது.

பாண்டிச்சேரியில், தலைமறைவாக ஒதுங்கி இருக்க வேண்டி வந்த நிலையில், அமரகவி பாரதிக்கு எல்லா உந்து சக்திகளும் முடக்கப்பட்டிருந்தன. அப்போது அவர் கவனம் பெண்களின் நிலையில் திரும்பியது. தன் எழுச்சிமிகு பெண் விடுதலைக் கருத்துகளை எழுத்துகளாகவும், பாடல்களாகவும் வடித்தார். 'பெண்களைப் பள்ளிக்கு அனுப்பலாகாது' என்றிருந்த அரணைச் செயல்முறையைத் தகர்த்து தன் பெண்களை அவரால் பள்ளிக்கு அனுப்ப இயலவில்லை.

"பட்டங்கள் ஆள்வதும் சட்டங்கள் செய்வதும் பாரினில் பெண்கள் நடத்த வந்தோம்" என்று பழைய மரபுகளில் புதிய நெய் வார்க்கும் கும்மிப்பாட்டுப் பாடிக் கைகொட்டச் செய்தார். நான்கு பெண்கள் கூடினால் ஒருவர் மீது ஒருவர் குற்றங்குறை கண்டும், அடுப்பங்கரைச் செய்திகளையே மூடத்தனமாக அரைத்துக் கொண்டும் பொழுதைக் கழித்த வழக்கொழியச் செய்தார். அவர்களுக்கு அறிவு வளர்க்க உலக அரசியல் முதல் வீட்டு அடுப்படி வரையிலுமான பல விஷயங்களைத் தன் மனைவி, மகள், அக்கம்பக்கத்துப் பெண்கள் எல்லோருக்கும் எடுத்துரைக்கும் கட்டுரைகளை எழுதி அவர்களையே படிக்கச் செய்தார்.

'பெண் விடுதலை' என்ற கருத்தே, அங்கேதான் புதிய தெளிவுடன் ஊன்றப்பட்டது எனலாம். 'சங்கம்' என்ற பெண்கள் அமைப்பு முறையாகப் பதிவு செய்யப்பட்டதாக இல்லை என்றாலும், உறுதியானதோர் அடித்தளம் அமைக்கும் கருத்துக்கள் ஊன்றப்பட்டன. "நம்மைப் பிடித்த பிசாசுகள் போயின, நன்மை காண்போம்" என்று தங்களைச் சமுதாயத் தொடர்பு உடையவர்களாகக் கருதிக் கொள்ளும் புதிய வாய்ப்பு மேவிற்று.

1913ஆம் ஆண்டில் புதுவையில் புயல் வீசியபோது, புயலில் சிக்கிய எளியவர்களுக்கு உதவி செய்யும் பொருட்டு, மகள் சகுந்தலா பாரதி வெளியிலிறங்கி நிதி திரட்டுகிறாள். அனைத்து முயற்சிகளிலும் ஈடுபடுகிறாள். பெண்கள் சக்தி ஒருங்கிணைந்து, சமுதாயம் சார்ந்த ஆக்கப்பூர்வமான முயற்சிகளைச் செய்யலாம் என்ற நடைமுறைக்கு அதுவே துவக்கமாக இருந்தது.

நாடு சுதந்திரம் பெற்றதும், அரசே மகளிர் முன்னேற்றம் என்ற முயற்சியை ஏற்றது. சமூக நலம் என்ற பிரிவே, மகளிர் முன்னேறுவதற்கும் தாய்-சேய் நலம் பேணுவதற்கும் உரிய துறையாயிற்று. கிராமங்கள் தோறும் மட்டுமின்றி நகரங்களிலும் பெண்கள் சங்கங்கள் நிறுவப்பட்டன.

தையல், சத்துணவு தயாரித்தல் (கோதுமை உணவு), கதர் கைத்தொழில், சுகாதாரம், நோய்த் தடுப்பூசி போடுதல் என்ற திட்டங்கள் அறிமுகப்படுத்தப்பட்டன. நகரங்களில் கை வேலை செய்தல், பாடல் பயிற்சி, இந்திப் படிப்பு (அப்போதைய தேசிய மொழி வளர்ச்சி) என்று வகுப்புகள் நடத்தப்பட்டன. மகளிர் நலத்துறை என்றே ஒரு துறையும் முழுமையாகி, பின்னர் மகளிர் மேம்பாட்டுத்துறை என்று பல படிகளில் அலுவலர்கள், துணை

அலுவலர்கள் என்று அரசு சார்ந்த பணிகளில் பெண்களே இயங்கி வருகிறார்கள்.

ஏறக்குறைய நாற்பது ஆண்டுகள் கடந்துவிட்டன; ஒன்பது பொதுத் தேர்தல்கள் வந்துவிட்டன.

ஆனால் மகளிரின் சமுதாய நிலை ஏற்றம் பெற்றிருக்கிறதா? பொருளாதாரம் சார்ந்து ஒரு வகையில் சுய வலிமை பெற வாய்ப்புகள் அளிக்கப்பட்டிருக்கின்றன என்றாலும் மகளிர் எல்லாப் படிகளிலும் தம் கால்களாலேயே நிற்கும் ஒரு வாழ்வுக்கான உத்தரவாதம் பெற்றிருக்கவில்லை.

இன்னமும், மாமி-நாத்தி கொடுமை, குடிகாரப் புருசனின் கொடுமை, ஆண் குழந்தை பெறாத நிலையில் ஒதுக்கப்படல், சாதிக் கட்டுப்பாடுகளின் அடக்குமுறைகள், மூடநம்பிக்கைகள், எல்லாம் பெண்ணின் வாழ்வில் முன்னேற்றம் காண முடியாத தடைக்கற்களாக இருக்கின்றன. இவற்றுடன், நுகர்பொருள் ஆசைகளும் தேவைகளும் பன்மடங்கு பெருக, பெண்ணைத் திருமணம் செய்து கொடுக்கவும் இயலாமல், திருமணமின்றி வைத்திருக்கவும் முடியாமல், கண் விழித்ததுமே கொல்லும் ஒரு பரிணாமத்தில் இந்த 'மேம்பாடு' வந்து நின்றிருக்கிறது.

அரசியல் சுதந்திரம் பெற்ற கையுடன், பட்டிதொட்டி எங்கும் கிளை விரிக்கப் பெற்ற சமுதாய நலத்துறை மகளிர் மன்றங்களின் செயல்பாடுகள் எந்த அளவில் இந்த மேம்பாட்டுடன் சம்பந்தம் பெற்றிருக்கின்றன?

கிராமத்தில் செல்வாக்கு மிகுந்த பஞ்சாயத்துத் தலைவர் வீட்டுப் பெண்மணி, மகளிர் சங்க அமைப்பாளர் என்ற பெயரில் அரசு இதற்காக ஒதுக்கியுள்ள அற்பத் தொகைக்குப் பொறுப்பாளியாக இருப்பாள். எவரேனும் பெரிய அதிகாரிகள், ஆளும் கட்சித் தலைவர்கள், அயல்நாட்டைச் சேர்ந்த சமூக நிறுவனப் பிரமுகர்கள் வரும்போது, இந்த அம்மையார் மகளிர் சங்கத் தலைவியாக இருப்பதாக விளக்கிக் கொள்வாள்.

சங்கம் எங்கே கூடுகிறது? எப்படிச் செயல்படுகிறது? என்னென்ன நிகழ்ச்சிகள் நடந்திருக்கின்றன? இப்படியெல்லாம் விரிவாக ஆய்வு செய்யும் வகையில் கண்காணிப்போ, கட்டுப்பாடான பொறுப்போ எவருக்கும் இல்லை என்பதே உண்மை. அரசியல்-ஆளும் கட்சிகள் மாறும்போது, இந்தப் பெண்மணிகளும் மாறலாம். அரசு எந்தெந்த வகைகளில் நிதி ஒதுக்குகிறது என்று அறிந்தவர், ஆதாயமுள்ளவர், அதாவது 'காண்ட்ராக்டர்' அல்லது இடைத்தரகர், எந்தக் கட்சியாக

இருந்தாலும், அரசுக்கும் இவர்களுக்கும் இடையில் இருந்து திட்டங்களுக்குச் செலவிடப்படும் பொருள் தமக்கு ஆதாயமாக வரும்படி பார்த்துக் கொள்வார்.

ஊரில் வரதட்சணைச் சாவு நிகழலாம்; ஒரு பண்ணை எசமானன் கூலிக்காரப் பெண்கள் பலரைக் குலைத்திருக்கலாம். அரசு ஆதரவில் நிறுவப் பெற்ற மகளிர் சங்கங்கள் இது போன்ற கொடுமைகளுக்கு, எதிராகத் திரண்டு எழுந்ததாகக் கேள்விப்படவே முடியாது. இடதுசாரி அரசியல் கட்சி சார்ந்த மகளிர் அமைப்புகள் இருக்கின்றன. அந்த அமைப்புகளைச் சார்ந்து, இங்கும் தொழிற்சங்கப் பெண்கள் திரண்டு எழுந்து போராட்டம் நிகழ்த்தினாலும், ஆளும் கட்சியமைப்பில் ஒரு சிலும்பலும் எழுவதில்லை. ஏனைய பெண்கள் அமைப்புகளும், அரசியல் கண்ணோட்டத்திலேயே இயங்கிக் கொண்டிருப்பதால், போராட்டமும் கொடி பிடிப்பதுமே செயல்பாடுகளாகின்றன. ஆக்கப்பூர்வமாக, தாங்களாகவே செயல்பட்டு ஒரு சிறு கிராமத்து எழுத்தறியாமையைக் கூடப் போக்க முடியவில்லை.

மகளிர் மேம்பாட்டுக்கு இரு முகங்கள் உண்டு என்ற வகையில் இரு சாராரும் இணைய முடியாதது ஒரு பெரிய குறை.

அரசு கட்டமைப்பின் உதவிகளும், ஆட்பலமும் தேவை; அதே சமயம், அநீதிகளைத் தட்டிக் கேட்கும் சக்தியும் தேவை.

மகளிர் வளர்ச்சி என்பதில், சுயச்சார்பு கருதிய பொருளாதார மேம்பாட்டுக்கான உதவி முக்கியத்துவம் பெறுகிறது.

ஊதுவத்தி, ஊறுகாய், அப்பளம் முதலிய பொருட்களைத் தயாரித்தல், தையல் வேலை செய்தல், பால் மாடு, ஆடு, கோழி வளர்த்தல், வீட்டுத் தோட்டம் போடுதல் என்று அடங்குகின்றன.

குடும்ப நலம், குடும்பக் கட்டுப்பாட்டுச் சிகிச்சை, கர்ப்ப காலப் பராமரிப்பு, சத்துணவு, தடுப்பூசி போடுதல் எல்லாமே இந்தத் துறையில் அடக்கம். ஆனால், இந்தத் திட்டங்களில் பிரதானமான எழுத்தறியாமை ஒழிப்பு இடம் பெற்றிராததுதான் விசித்திரம்.

அது கல்வித்துறை சார்ந்தது. வயது வந்தோர் முறை சாராக்கல்வி என்ற பிரிவில் இயங்க வேண்டும்.

தமிழ்நாடு அரசு அவ்வப்போது மகளிருக்கான பல சலுகைகளை அளித்திருக்கிறது. எட்டாவது வரை படித்த பெண்ணுக்குத் திருமண காலத்தில் ஐயாயிரம் ரூபாய் உதவும் திட்டம், துவக்கப் பள்ளி ஆசிரியர்கள் எல்லோரும் பெண்களாக இருக்க வேண்டும் என்ற ஒதுக்கீடு, குடும்பச் சொத்தில்

பெண்ணுக்கும் உரிமை, கர்ப்ப காலத்தில் ஊட்டச்சத்துக்கான உதவித்தொகை என்றெல்லாம் சலுகைகள்.

"எட்டாவது படிச்ச பெண்ணுக்குத்தான் கொடுக்கிறாங்க. அஞ்சாவது படிச்சவ, படிக்க வசதியில்லாதவங்களுக்குத்தானே கல்யாணத்தில் பணம் வேணும்" என்று அறியாமையையே சொத்தாக வைத்திருக்கும் பெண்கள் கேட்கிறார்கள்.

"கல்யாணம் ஆகுறப்ப அந்தப் பணம் எங்கே வருது? ஆறு மாசம் கழிச்சித்தான் வரும். அத்த வாங்கி அவள் கட்டிக்கிட்ட புருசனுக்குக் கொடுக்கிறாள். அதனால் எட்டாவது இல்லாத பொண்களைக் கட்ட மாட்டேன்றானுவ, பணம் கேக்கறானுவ!" என்ற குறைபாடுகள் வருகின்றன.

"ஏதோ நாலேக்கரு நிலம் வச்சிட்டுக் குடும்பம் பண்ணும் சம்சாரி வீட்டுப் பொண்ணு. புருசங்காரன், போடி, சொத்தப் பிரிச்சு உன்ற பங்க வாங்கிட்டு வா!" ன்னு விரட்டுறான். அது முடியுங்களா?...

"பொண்ணு தாய் தகப்பன் குடுத்து வாங்கிட்டுப் போவா. கடேசி காலத்துல அவ அப்பனம்மைக்குக் கஞ்சி ஊத்துவாளா? மகன்தானே ஊத்துவான்? சொத்த எப்படிப் பிரிச்சிக் கொடுக்க?" என்று மரபில் ஊறிய பெண்கள் கேட்கிறார்கள்.

"கலியாணம் பண்ணிப் போறப்ப, எனக்கு இனி சொத்தில் உரிமை இல்லேன்னு விடுதலைப் பத்திரம் வாங்கிட்டான் அண்ணன்!" என்ற சிலும்பல் உண்மை நிலையைக் காட்டுகிறது.

இந்தச் சலுகைகள் அனைத்தும் ஆள வரும் அரசியல் கட்சிகள், பொருளாதாரச் சுயச்சார்பு இல்லாத மக்களிடம் வாக்குகளை வாங்குவதற்காகவே போட்டி போட்டுக் கொண்டு வீசப்பட்டவை என்ற விழிப்புணர்வு இவர்களிடம் இல்லை என்றாலும், பெண்களின் பிரச்சனைகளுக்கு இந்த அப்பத் துண்டுகள் தீர்வாக முடியாது என்று புரிந்திருக்கிறது. அரசுத் துறைச் செயல்பாடுகள் நிர்வாகச் சிக்கல்களிலேயே அழுந்தி விடுகின்றன.

மகளிர் நலம் என்ற துறையில் முன்னோடியாகப் பணியாற்ற வந்தவர்கள், ஓய்வூதியம் பெற்றுக்கொண்டு போய்விட்டார்கள். ஏறக்குறைய இரண்டு தலைமுறைக்காலம் ஓடியிருக்கிறது. மகளிர் சங்கங்கள் என்ற அமைப்புகளின் மீது இருந்த ஐய உணர்வுகள் நீங்கி, "இவற்றால் ஒரு கேடும் வந்து விடாது" என்று மேலாண்மைச் சக்திகள் அரசு கட்டமைப்புகளை வாழ்த்திக் கொண்டிருக்கின்றன.

உண்மையில் பெண் அலுவலர் - மருத்துவர், கல்வியாளர், மகளிர் நலம் என்ற நோக்கில் நீதியில்லாத கூறுகளை ஒப்புக் கொள்ளாமல் எப்போதேனும் மனசாட்சிக்கொப்ப குரல் கொடுத்திருக்கிறார்களா?

குடும்பக் கட்டுப்பாட்டுச் சிகிச்சை ஆணுக்குத்தான் சிக்கலே இல்லாதது. பெண்ணை உட்படுத்தும் போக்கினால், அவள் அதிகமாகப் பாதிக்கப் பெறுகிறாள் என்று பெண் மருத்துவர்கள் பொதுவாக ஒப்புக்கொள்கின்றனர். ஆனால் அவர்கள் கூட்டாக, இந்த அணுகுமுறை 'பெண் குலத்துக்கே தீங்கானது' என்று மருத்துவ ரீதியாக எதிர்ப்பைத் தெரிவிப்பதில்லை. ஒரு பெண் மருத்துவரே, வழியில்லாத பெண்ணின் கருப்பையைப் பலமுறை சுரண்டிப் பணம் சம்பாதிக்கிறாள்.

தவறான அணுகுமுறைகள், பொருளாதார சமச்சீர் இல்லாத ஒரு சிலருக்கே பொருள் சேர்க்கும் திட்டங்கள் எல்லாம், இன்று மக்கள் பெருக்கத்தை எப்படியேனும் கட்டுப்படுத்தியே ஆக வேண்டும் என்ற நெருக்கடியில் கொண்டு விட்டிருக்கிறது. 'கண் கெட்ட பிறகு சூரிய நமஸ்காரம் என்ற நிலையில், ஏதோ ஒரு வகையில் கட்டுப்படுத்து' என்று குடும்பக் கட்டுப்பாடு, பெண்களுக்கு வரப் பிரசாதமாக்கப்பட்டிருக்கிறது என்றுதான் எல்லாப் பெண் மருத்துவ அறிஞர்களும் செயல்பட்டுக் கொண்டிருக்கிறார்கள்.

அதேபோன்று, கருத்து ரீதியாக, பெண் இரண்டாம்நிலை உதவியாளராகவே, காலம் காலமாக அறிவுறுத்தப்பட்டு வந்திருக்கிறாள். இன்றும் இரண்டாம் வகுப்புப் பாடப் புத்தகத்திலேயே, தாய் சமையலறைக்கு உரியவளாகவும், தந்தை சாய்வு நாற்காலியில் அமர்ந்து பத்திரிகை படிப்பவராகவும், அக்காள் வீடு பெருக்கித் தாய்க்கு உதவி செய்வதாகவும், ஆண் மட்டுமே குடும்பப் பொருளாதார வருவாய்க்குரியவராக, தலைவராகச் சித்திரிக்கப்பட்டு இச்சித்திரங்கள் இளம் நெஞ்சங்களில் பதிய வைத்திருக்கிறது.

இத்தனை ஆண்டுகளில் பெண்கள் எத்தனை துறைகளில் பயிற்சி பெற்று சமையலறைக்கு வெளியே புகழுடன் இயங்குகின்றனர்? கல்வித்துறைச் சீமாட்டிகள், தங்கள் வாழ்க்கையை முன் மாதிரியாக வைத்துக் கொண்டேனும், காலம் காலமாகக் கற்பிக்கப்படும் வடிவங்களை மாற்றியிருக்கலாமே?

ஒவ்வொரு துறையிலும் தங்களுக்கு நலம் பயக்காத தீங்கு விளைவிக்கும் கூறுகளைப் புதிய கல்வியும் பொறுப்பும்

வாய்க்கப் பெற்ற பெண்கள் சமுதாய ரீதியாக எடுத்துரைத்துத் தங்கள் ஐக்கிய உணர்வைக் காட்டிக் கொண்டிருந்தாலும்கூட, சமூகம் சார்ந்த கேடுகள் எதிர்காலத்திலேனும் தவிர்க்கப்பட ஒரு மாற்றத்தைக் கொண்டு வந்திருக்கலாமே?

சுதந்திர இந்தியாவில் ஆட்சியாளர் மாறும் போதெல்லாம் மக்களைக் கவரும் பொருட்டு கல்வித்துறைக் கொள்கைகளிலும் மாற்றங்கள் அறிவிக்கப்பட்டிருக்கின்றன. சில ஆண்டுகளுக்கு முன் புதிய கல்விக்கொள்கை என்று ஒன்றை அரசு அறிமுகப் படுத்தியபோது பல கல்வித்துறைப் பிரமுகர்கள் வாயிலாக அதற்கு விளம்பரம் செய்யப்பட்டது. முக்கியமான பதவிகளில் உள்ள பெண்கள், சமூக சேவகிகள் என்று தேடிப் பிடித்து, அரசு தன் சார்பில் அக்கொள்கைகளைப் பாராட்டச் செய்தது.

இக்கொள்கைகளில் மிக முக்கியமான பெண்கள் கல்வி குறித்து எந்தவிதமான ஊக்கமூட்டும் செயல்பாட்டுத் திட்டமும் விளக்கப்படவில்லை. சமுதாயத்தின் கீழ் மட்டங்களில் ஒருங்கிணைந்த ஊட்டச்சத்து, கல்வி என்ற வகையில் பெண் குழந்தைகள் தாயுடன் பணிகளுக்கு உதவியாக இருந்து கொண்டே கல்வியும் ஆரோக்கியமும் பெற வழிவகை செய்யப்படும் என்ற கருத்து, ஆடம்பரமான வார்த்தைப் பந்தல்களிடையே புகுத்தப்பட்டிருந்தது. புதிய கல்விக் கொள்கையின் எதிர்ப்பு அணியில் பங்கு பெற்றிருந்த ஒரு சில பெண்களும்கூட, பெண்கள் பின் தங்கி இருப்பதைப் பற்றிய கருத்துகளை ஆராய முன் வரவில்லை.

எந்த ஓர் அமைப்பானாலும், அணியானாலும், பெண்கள் சிலர் இடம் பெறவேண்டும் என்ற வகையில் 'அலங்காரமாக'வே அவர்கள் சேர்க்கப்படுகின்றனர். சுயமாகக் கருத்துகளை வெளியிட்டு முரண்பாடுகளைச் சந்திக்க எந்தப் பெண்மணியும் தயாராக இல்லை. குடும்பத்தில் மட்டுமின்றி, அலுவலகம், பொதுவான சமுதாயம் என்ற எல்லா இடங்களிலும், பெண் ஆணைச் சார்ந்துதான் இயங்க வேண்டி இருக்கிறது.

கல்வி நாளுக்கு நாள் வாணிப மயமாக, பணச் செலவுடையதாக வளர்ந்து வருகிறது. குழந்தைகள் காப்பகம், துவக்கக் கல்வியளிக்கும் முதற் பள்ளியிலிருந்து, இறுதியில் தொழிற் கல்வியளிக்கும் கல்லூரிகள் வரை பணச்செலவு பூதாகரமாக வளர்ந்துள்ளது.

'ஏற்கெனவே வரதட்சணை வேறு கொடுக்க வேண்டும். இவளுக்குக் கல்லூரியில் சேர்க்க வேறு ரொக்கமா?' என்று

வசதியுள்ள பெற்றோரே பின்னடையும் சூழலே வளர்ந்து வருகிறது.

ஒரு பக்கம் பார்க்கப் போனால், எந்த ஒரு பொது நலத் திட்டமானாலும், பொருளாதாரம் அல்லது சமூகம் சார்ந்த கொள்கையானாலும், அவை நமக்கில்லை என்று பெண்கள் ஒதுங்கியே இருக்கின்றனர். பெண்கள் நலம்-குடும்ப நலம்-இப்போதும் விதவைப் பெண்கள், கணவனால் கைவிடப்பட்ட ஆதரவற்ற பெண்கள் என்ற பிரிவினருக்கு உதவும் கரம் என்ற கருத்தையே முன் வைக்கிறது. கணவன் இறந்து போனால், மனைவியின் கல்வி-பிற தகுதிகளைக் கூட அதிகமாகப் பொருட்படுத்தாமல், அவளுக்கு ஒரு வேலை கொடுக்கிறது, அரசு. ஆனால் அவள் மறுமணம் செய்து கொண்டாலோ, அந்த வேலைத் தகுதியை இழக்கிறாள். பெண் என்பவள், அடிப்படை மனித உரிமைகள் அனைத்தும் கொண்ட குடிமக்களில் ஒருத்தி என்ற நியாயமே இருக்கவில்லை. அவள் விதவையாக, பரிதாபத்துக்குரியவளாக முன்னுரிமை பெறுகிறாள்.

பெண்ணுக்கான சலுகைகள், முன்னுரிமைகள் எல்லாமே ஒரு வகை ஊனம் அல்லது சமுதாய நோயின் காரணமான பின்தங்கலுக்கு ஆதரவானவைதாம். ஆனால் அந்த ஊனங்களைப் போக்காமல் ஆதரவுகளையே குறிக்கோளாக வைத்துக்கொண் டிருப்பதா சமுதாய நலம்? இதுவா முன்னேற்றம்?

பட்டாசு, தீப்பெட்டித் தொழிற்சாலையில் விபத்துகள் நேர்ந்து பெண்களும் குழந்தைகளும் ஏனைய தொழிலாளரும் இறந்து போனாலும் காயப்பட்டாலும் அரசு உடனே இறந்த குடும்பத்துக்கு நட்ட ஈடு, அதிகக் காயமுற்றோருக்கு, சிறிது காயமுற்றோருக்கு என்று பணம் பங்கீடு செய்கிறது. வழக்கமான விசாரணைகள், அத்துடன் எல்லாம் மறந்து போகிறது. மீண்டும் மீண்டும் விபத்துகள் நேரிடுவது தடுக்கப்பட்டிருக்கிறதா?

எந்த இழப்பானாலும், உடனே அரசு அதற்கு நிவாரணமாகப் பணம் கொடுக்க முன் வருகிறது என்ற ஒரு சலுகையே அதற்கான காரணங்களை ஆராய இடம் கொடுப்பதில்லை.

மகளிர் நலத்துறை, மேம்பாட்டுத்துறை, உதவித்தொகை, தையல் இயந்திரம் போன்ற 'தானங்களை'க் காட்டிக் கொள்ளும் நிலையிலேயே 'விதவைப் பெண்கள், கைவிடப்பட்டவர்கள்' என்ற துர்பாக்கியங்கள் நீடிக்க வேண்டுமா?

சமுதாயத்தில் இத்தகைய நிலைகள் இல்லாத 'மனிதப் பிறவி' என்ற சுய முன்னேற்றமல்லவோ குறிக்கோளாக வேண்டும்?

29

நெருக்கடி விடிவெள்ளிகள்

பெண்...!

நடுவீதிக்கு வந்து விழுந்திருக்கிறாளே? பார்க்க பூவும் பொட்டும், கல்வியும் வளமையும் உடையவளாகவே திகழ்கிறாள். ஆனாலும், ஆதரவற்ற நிலையில் நடுச்சாலையில் விழுந்திருக்கிறாளே? இவளைத் தூக்கிச் சென்று ஆய்வாளர் பரிசீலனை செய்கையில், இவளுடைய வளமை, கல்வி, பூ, பொட்டு ஆகிய அனைத்தும் மேல்மினுக்குகளே என்று புலப்படுகின்றன. ஏனெனில், இவளுடைய இதயம், நாடி, நரம்பு, கருப்பை அனைத்தும் பாதிப்புக்குள்ளாகி இருக்கின்றன.

இவளுக்கு யார் நலம் செய்து சீராக்கப் போகிறார்கள்? சமுதாய சேவகிகள், சமயப் பிரசாரகர்கள் எல்லாருமே இவளைக் கவனிப்பதாக முழங்குகிறார்கள். சில அரசியல் கட்சிகள் சார்ந்த பெண்மணிகள் இந்தப் பிரச்சனையைத் தாங்கள் சார்ந்திருக்கும் அமைப்புக்கு வந்துற்ற சவாலாக ஏற்று, ஊர்வலம் செல்கிறார்கள். சட்ட மன்றத்தில் வினாத் தொடுக்கிறார்கள்; தலைநகரில் பிரதமர் இல்லம் வரை சென்று ஆர்ப்பாட்டம் செய்கிறார்கள். இதற்கிடையில், பத்திரிகைகள் இவள் நலத்தைப் பெரிதும் கவனிப்பதாகப் பரபரப்புடன் விளக்கப் படங்கள், செய்திகள் என்று வண்ண வண்ணங்களாக இவளை விவரிக்கின்றன.

கருப்பைப் பாதிப்பு! மார்பகப் புற்று!

‘எய்ட்ஸ்’ நோயைச் சுமப்பவள்!

இவள் பற்றிய சிந்தனைகளுக்காகவே உலகம் முழுவதும் ஓராண்டை ஒதுக்கி, பின் பத்தாண்டுகளாக்கத் திட்டம் என்று பேசினார்கள். ஊர்வலங்கள், கோஷங்கள், தலைவர், தலைவிகள் உலகம் சுற்றும் பயணங்கள், நாட்டிய நாடகங்கள், பாடல்கள், களியாட்டங்கள் என்று தொடர்ந்து, கருவிலேயே சாகும் பெண் குழந்தைகளுக்காக மீண்டும் ஓர் ஆண்டு ஒதுக்கப்பட்டது.

'பெண்ணியம்' என்று ஒரு துறை மாணவிகள் கற்கக் கூடுதலாயிற்று. இத்துறை ஆராய்ச்சி மாணவிகள் புள்ளி விவரங்கள் சேகரிக்க, கஞ்சி போட்ட சேலை மொடமொடப்புடன் புத்தம் புதிய மலர்கள் போல் குடிசைகளுக்கும், கிராமங்களுக்கும் போகிறார்கள். பக்கம் பக்கமாகக் குறிப்புகள் எடுக்கிறார்கள். நவீனக் கருவிகளில் பதிவு செய்கிறார்கள். நூற்றுக்கணக்கான எம்.ஃபில் பட்டக் கட்டுரைகள், டாக்டர் பட்டக் கட்டுரைகள், கருத்தரங்குகள், அனைத்துலகப் பட்டிமன்றங்கள் என்று கல்லூரிகளும் பல்கலைக்கழகங்களும் இந்தப் பிரச்சனையில் சுறுசுறுப்பாகின்றன.

இத்துணை ஆரவாரங்களிலும், சில உண்மைகளேனும் தெறித்து விழாமல் இல்லை.

பெண்ணியம்-பெண் நிலைவாதம்-என்ற சொல்லுக்கு விளக்கம் கூறுவதிலேயே இந்தத் துறையில் பெண்கள் கருத்து வேறுபாடும், தெளிவில்லா நோக்கும் கொண்டிருப்பது புலனாகிறது. ஆனால், இன்று, 'நான் ஒரு பெண்ணியல்வாதி' (feminist) என்று சொல்லிக் கொள்வதைப் புதுமையாக, நாகரிகமாகக் கருதும் அளவுக்கு இந்த நோக்கு சமுதாயத்தைப் பாதிக்கிறதென்பது மகிழ்ச்சிக்குரிய செய்தியாகும்.

அடிப்படையில், பெண்ணுக்குச் சமுதாய நீதி கிடைக்க வில்லை என்பதும், புதிய சிந்தனை தேவை என்பதையும் உணர்ந்து வருவது குறிப்பிடற்குரிய மாற்றம் அல்லவா?

இந்தச் சொல் முதிய தலைமுறையினரால் ஏற்றுக் கொள்ளப் படவில்லை என்றாலும், இளந்தலைமுறை ஆண்களால் கேலிக் குரிய வகையில் பரிகசிக்கப்படுகிறதென்றாலும், கருத்தியல் ரீதியாக பழைய மதிப்பீடுகள் மாற்றம் அடையச் செய்வதற்கான முனைப்புகள் என்று எதிர்பார்க்கலாம்.

'பெண் விடுதலை' என்ற இலக்கு, மேற்பார்வைக்கு ஏற்கெனவே நிறைவேறி விட்டதாகவே பெண்கள் உள்பட பலரும் கருதுகின்றனர். "இப்போது இவர்களுக்கு என்ன குறை? நடை, உடை, பாவனை, கல்வி, உத்தியோகம் எல்லாவற்றிலும் ஆண்களுக்குச் சமமாக வரவில்லையா? எல்லா உரிமைகளும் இவர்களுக்கு அளிக்கப்பட்டு, ஆட்சி பீடத்துக்கும் வந்திருக்க வில்லையா?" என்று கேட்கிறார்கள். ஆனால், ஆணைப் போல் உடையணிந்து, பொறியியற் கல்வி பெற்ற மாணவிக்கும் லட்சங்களும், தங்கம் வெள்ளியும் சேர்ந்தாலே மணமகன் வருகிறான் என்ற மறுபக்கம் கண்களை உறுத்துவதில்லை.

இந்த நிலைமை, மொத்த சமுதாயமும், சீரமைக்கப்பட்டாலே மாற்றம் பெறும் என்பது உண்மைதான். ஆனால் அந்த மொத்தச் சமுதாயத்துக்கும் மையமாக இருப்பது பெண்ணின் நிலைமைதான்.

இவளைக் கட்டுப்படுத்தியதாலேயே சாதிகள் தோன்றின, வர்க்கங்கள், ஏற்றத்தாழ்வுகள் நிலைத்துப் பிளவுபட்டிருக் கின்றன. இவளுடைய பொருளாதார உரிமையைப் பறித்த தாலேயே அடிமை வர்க்கமே தோன்றியது எனலாம்.

எனவே, சமுதாய மாற்றத்துக்கு முதலில் இவள் விழிப்புணர்வு பெற வேண்டும். தன்னை, கருத்து ரீதியாக, உடல்ரீதியாக, உள்ளம் சார்ந்தும், சமூகம் சார்ந்தும் ஒடுக்க முற்படும் சக்திகளை எதிர்க்கவும், ஆக்க ரீதியாகப் போராடவும் வலிமை பெற வேண்டும். இவளை இரண்டாம் நிலையிலேயே வைத்திருக்க இயங்கும் சக்திகளை எதிர்ப்பது என்பது எளிதல்ல.

இதனாலேயே 'பெண்ணியம்' பெண் விடுதலை என்ற கொள்கை பேசுகிறவர்கள், அடிப்படையில் ஒற்றுமையாக இருப்பது போல் தோன்றினாலும், செயல்பாட்டளவில் ஒத்து இயங்க முடியவில்லை.

பழமைகளின் பாரம்பரியப் பண்புகளைப் பற்றிக் கொண்டே பெண் விடுதலை பெற்று விடலாம் - அரசு அளித்திருக்கும் எல்லா உரிமைகளையும் பயன்படுத்திக் கொண்டு சமத்துவம் பெறலாம் என்று கருதும் 'பெண்ணியல்' வாதிகளால், பழமைகளின் பாரம்பரியப் பண்பு எவை என்பதை வரையறுக்க முடிய வில்லை. நமது புகழ் பெற்ற இந்தியப் பெண்குலம், சீதா, சாவித்திரி, தமயந்தி என்றுதான் எடுத்துக் காட்டுகிறார்கள். மார்க்சியப் பொருளாதாரக் கொள்கையே சமுதாயத்தின் எல்லாப் பிரச்சினைகளையும் தீர்க்க வல்லதாகும் என்று நிற்பவர்கள், மார்க்சிய அடிப்படையில் புரட்சியும் சமுதாய மாற்றமும் வரும்போது பெண் விடுதலையும் சாத்தியமாகும் என்று நம்புகிறார்கள். இவர்கள் சீதா, சாவித்திரி பரம்பரையை ஏற்பதில்லை. தொழிற் சங்கங்களில் பெண்கள் ஈடுபடுவதிலும், பெண்கள் இயக்கங்கள் மார்க்சியத் தத்துவங்களை அடிநிலை யாகக் கொண்டு போராட்டங்கள் நிகழ்த்துவதும் இவர்கள் கண்ணோட்டத்தில் முதன்மைப்படுகிறது. அண்மையில் சோவியத் யூனியன் சிதறுண்டதும், ஐரோப்பாவில் பொது உடைமைத்தத்துவம் வீழ்ச்சியுற்றதும், இந்த மார்க்சிய வாதிகளின் கொள்கைப் பிடிப்புக்குச் சவால்களாக அமைந்திருக்கின்றன.

எல்லாப் பிரச்சனைகளையும் வென்று மாதர் சம உரிமை பெற்று விட்டோம் என்று வெற்றிக் குரல் கொடுத்த அந்நாள் சோவியத் ஒன்றிய மகளிர், இந்தப் புதிய புரட்சிக்குப் பிறகு, தலைகீழ்ப் பாடம் படிக்கின்றனர்.

"எல்லா விதிகளும் காகிதங்களில் மட்டும்தான் இருந்தன. நடைமுறையில் வரவில்லை. பெண்கள் அதீத உழைப்பினாலும் குறைந்த சமமில்லாத ஊதியத்தினாலும் அவதிப்பட்டார்கள். சமத்துவம் இருந்திருக்கவே இல்லை!" என்று கூறுகிறார்கள்! ஆணாதிக்கம் அழுத்தியது என்றும் சொல்கிறார்கள். மார்க்சிஸ்ட் கொள்கையில் சிறிது மங்கலுடன் 'சோஷியலிசம்' சார்ந்த பெண்ணியம் என்று ஒரு சாரார் பேசுகின்றனர். பெண் என்ற நிலையில் அவள் உழைப்புக்குச் சமமான ஊதியம், பொருளாதாரச் சமத்துவம் வந்தாலே, பெண்ணின் பிரச்சினைகள் தீரும் என்று இவர்கள் நம்புகின்றனர்.

Radical feminism பகுத்தறிவின் தீவிரமான பெண்ணியம்- இது. குடும்ப அமைப்பும், பெண்ணின் கருப்பைச் செயல்பாட்டு உடற்கூறியலுமே அவளைக் கட்டிப் போடுகின்றன. அவற்றிலிருந்து விடுபட வேண்டும் என்ற கொள்கையை முன் வைக்கிறது. சோதனைக் குழாய்க் கருத்தரிப்பு, பந்தமில்லாமல் சேர்ந்து வாழுதல் போன்ற கூறுகள் இந்தப் பெண்நிலை வாதத்தில் சுதந்திரத் தன்மைக்கு விளக்கம் தருகின்றன.

பெண்ணின் சமுதாயப் பிரச்சினைகள் எந்தளவுக்கு முழுமையாகப் பார்க்கப்படவில்லை என்பது நன்கு புலனாகிறதல்லவா? மேற்குறிப்பிட்ட அனைத்துக் கொள்கைகளின் கூறுகளும் ஓரளவுக்கு இன்றைய பெண் பிரச்சினையில் இடம் பெற்றிருக்கின்றன. ஆனால் தனித்தனியே அவற்றைப் பார்ப்பதால் பயனில்லை என்பதும் விளக்கமாகிறது. பெண்ணின் தாய்த்தன்மை சார்ந்த உடலியல், இன்றியமையாத அவள் உழைப்பு, மென்மையும் அன்புமான இயல்பு ஆகியவை அவளை 'பெண்' என்ற மெல்லிய கூட்டுக்குள் சிறைப்படுத்தப்படுவதைத் தவிர்க்க வேண்டும். சமுதாய அமைப்பு, இவளை மனித மதிப்புக்கு உரியவள் அல்ல என்ற அடிப்படையில் கருதுவது தொலைய வேண்டும்.

பெண் மனித இனத்தின் தலையாய, இன்றியமையாத பொறுப்பைச் சுமக்கும் உறுப்பினள். ஓர் ஆண் இவளை மேலாண்மை செய்வதற்கோ, அடக்குவதற்கோ எந்த ஒரு காரணமும் கிடையாது.

குடும்பம் என்ற அமைப்பு, மனிதர் நாகரிகப் பரிணாமம் பெற்றிருப்பதன் மிக முக்கியமான அம்சமாகும். இது இரத்த பந்தத் தொடர்புடன், மனித சமுதாயத்தைச் சிறுசிறு கண்ணிகளாக வளைத்து, முழுவதுமாக இணைக்கும் ஆற்றல் பெற்றிருக்கிறது.

ஒரு நூல்கண்டு அப்படியே சுற்றப்பட்டிருப்பதால், நூலின் வலிமையும் பயனும் முழுதும் வெளியாவதில்லை. ஆனால் ஒரு சிறு வளைந்த ஊசி கொண்டு கண்ணிகளாக வளைத்து வளைத்துப் பின்னப்படும்போது, அந்த நூல் அழகு விளங்கும் சித்திரத் துண்டாகிறது. மூடவும் மறைக்கவும் பயன் பெறுகிறது. இழுப்புக்கும் இடம் கொடுக்கிறது. குறுக்கத்துக்கும் ஒடுங்குகிறது நூல் சிக்கலாகி விடாமல் பாதுகாக்கப் பெறுகிறது.

மனிதர் வெறுங்கூட்டமாக இருக்கும்போது நூல்கண்டுதான். அது எந்த நிமிடத்திலும் பிரிந்து சிக்கலாகி விடக்கூடும். ஆனால் சிறுசிறு கண்ணிகளான இரத்த பந்த உறவுகள் கொண்ட அமைப்புகள், கிட்டிய உறவு, எட்டிய உறவு, பெண் கொண்ட-கொடுத்த உறவு, பங்காளி, தாயாதி, சகலை என்று மனித சமுதாயத்தை ஒருவருக்கொருவர் எப்படியோ தொடர்புடையவர்கள் கொண்டதாக இணைக்கின்றன. இதுவே ஒரு மொழி பேசும் குடும்பங்கள், ஓர் ஊரைச் சேர்ந்தவர்கள், ஒரு நாட்டைச் சேர்ந்தவர்கள் என்று மனித இனம் பற்றிப் பிணைந்ததாகிறது. இந்தக் கண்ணிகளாகிய குடும்ப சக்தி, பாதுகாக்க வல்லதாக, பற்றும் பாசமும் வருங்கால சக்தியினருக்கு நம்பிக்கையோடு எதிர்காலத்தை உருவாக்கும் ஆற்றல் உள்ளதாகத் தலைமுறை தலைமுறையாக மனிதத் தத்துவத்துக்குரிய கூறுகளை வாடாமல் வைக்கிறது. இதை மனித குலம் அனுபவப்பூர்வமாக உணர்ந்திருப்பதால்தான் உலகம் முழுவதும் இந்த அமைப்பு ஒரு சமுதாயத்தின் உயிர்நிலையாகப் பாதுகாக்கப்பட்டு வந்திருக்கிறது.

ஆனால், இந்த அமைப்புகள், பெண்ணுக்கு நீதி செய்யக் கூடியதாக இல்லை. நம் குடும்ப அமைப்புகளின் நியதிகளும், ஒழுங்குகளும் சமுதாயத்தில் மக்கள் பங்கிட்டுக் கொள்ளவும், சேமித்துக் கொள்ளவும் மிகுதியான சாதனங்களோ, தேவைகளோ இல்லாத காலத்தில் வரையறை செய்யப்பட்டவை. பெண்ணின் முக்கியத்துவம் தாய்மைப் பண்பில் மதிக்கப்பட்டுப் போற்றப் பட்டது, மாற்றம் கண்டது.

அன்றைய உழைப்பு ஒதுக்கீடும் பிரிவும், இந்நாட்களில் ஆணுக்குச் சாதகமாக, பெண்ணை முற்றிலுமாக அடிமைப்

படுத்தவும், உடல்–மன ரீதியாகப் பூச்சியாக்கவும், குடும்ப அமைப்பு பயன்படுத்தப்பட்டிருப்பது வெளிச்சமாகிறது. குடும்பத்தில் அவள் சக்தி, குடத்து விளக்காக இருட்டடிக்கப் பெறுகிறது. ஆண் மேலாதிக்கத்தில் அவள் திறமைகளும் தனி இயல்புகளும் மங்கிப் போயிருக்கின்றன.

இந்த அழுத்தங்களுக்கு எதிரான அதிருப்தியும், எழுச்சியும் குடும்ப நிறுவனங்களின் பிணைப்புச் சக்தியைக் கலகலக்க வைத்திருக்கின்றன. பொருளாதாரச் சுமையினால் தகர்ந்தே போய்விட்ட இந்த அமைப்புகளிடமிருந்து, குரூரங்களும் பழி வாங்கல் வன்முறைகளும் விளைந்திருக்கின்றன. காலம் காலமாகக் காப்பாற்றப்பட்டு வந்த கட்டுமானம், பழைய மன்னர் மாளிகைகள் போல் பழுதடைந்து அவற்றுள் காக்கை எச்சமிட்ட செடிகளின் வேர்கள் இறங்கிக் கட்டிடங்களையே தகர்த்துக் கொண்டிருப்பது போல் சிதிலமடைந்திருக்கிறது.

காலத்துக்கு ஒவ்வாத கட்டிட அமைப்பென்று அதைத் தகர்த்துத் தரைமட்டமாக்குவதே சீர்திருத்தம் என்கிற வாதத்தில், திருமணம் சார்ந்த ஒழுக்கத்துக்கான நியதிகள் தூக்கி எறியப் படுகிறது. அறிவியல் சாதனைகளில் மலிந்த சாதனங்களைக் கொண்டு அமைதி தேடலாம் என்பதும் அனுபவம் இல்லாக் காலத்தில் உதித்த தீர்வாகும்.

காலத்துக்கு ஒவ்வாத கட்டிட அமைப்பைத் தகர்த்தால் அந்த இடத்தில் அடுக்கு மாடிகளையேனும் உருவாக்கித்தானாக வேண்டியிருக்கிறது. இது வளர்ந்து வரும் சமுதாயத் தேவை.

புதிய இல்லறத்தில், பெண் அடுக்களைக்கும் படுக்கை யறைக்குமாக வளர்க்கப்படும் அச்சுக்கள் தொலைய வேண்டும். பொருளாதார மேன்மை, சொத்துரிமை என்பதெல்லாம் புருஷன் வீட்டு அடக்கத்தில் ஒதுங்கி விடக்கூடியதாக இருக்கக்கூடாது. அந்த உரிமைகள், பெண்ணை ஒரு சமுதாய மனித கௌரவத்துக்கு உயர்த்தும் சுதந்திரங்களாக இருக்க வேண்டும்.

இவள் வீட்டை விட்டு வெளியேறி ஒரு தொழிலில் ஈடுபட்டுப் பொருளீட்டும்போது மனையறமும் அவளுக்குச் சுமையாக இல்லாமல், இவள் வாழ்க்கைத் துணைவனும் அச்சுமையில் பங்கேற்பதுதான் இந்தப் புதிய இல்லறத்தின் முக்கியமான அம்சம்.

அலுவலகம் கிளம்ப வேண்டிய நேர நெருக்கடியில் மனைவி அடுப்படிக்கும் குளியலறைக்கும் இடையே அலைபாயும் நேரத்தில் தொட்டில் குழந்தை துணியில் அசுத்தம் செய்தாலும்

அவள்தான் வந்து மாற்ற வேண்டும். இல்லையேல் ஏவலுக்கென்று அமர்த்தப்பட்டிருக்கும் வேலைக்காரியின் பொறுப்பு அது. அவன் - ஆண், தொட்டில் அருகிலேயே தொலைக்காட்சி பார்த்துக் கொண்டிருந்தாலும் அது அவன் பொறுப்பு அல்ல. ஆண் அடுப்படி வேலை செய்தால், கரண்டியோ இடுகுழவியோ அவன் கையிலேறினால், அது பத்திரிகை நகைச்சுவைக்கு உகந்தது. மனைவியின் சேலை, இரவிக்கைகளைச் சுத்தம் செய்யத் தொடங்கும் ஆண்கள் ஏமாளிகள், அப்பிராணிகள், மனைவி வீட்டில் இல்லையென்றால் பெருக்காத வீட்டில், அழுக்குத் துணிகளும், எடுப்புச் சாப்பாட்டு அடுக்குகளும், எச்சில் தட்டும் அப்படியே கிடக்க வேண்டும். அவன் அந்த வீட்டின் ஒரு பகுதியிலோ அல்லது வேறு நண்பர் வீட்டிலோ சீட்டாடியோ அரட்டையடித்தோ பொழுதைக் கழிப்பது 'புருஷ லட்சணம்'.

மனைவிக்கு உடல்நிலை சரியில்லாதபோது, உதவிக்குப் பெண் உறவுக்காரர், வேலைக்காரர் இல்லாத நிலையில், அவனே ஏதோ சமைத்துச் சாப்பிட்டுக் குழந்தைகளுக்கும் போட்டால் 'மகாத்மாவாக'க் கருதப்படுகிறான்.

இந்த மேல் அதிகார நிலை மாற வேண்டும்.

வாழ்க்கையில் போகம் என்பது ஒரு பருவத்துக்குரிய சிறு அம்சம்தான். பொறுப்புக்களே அதிகம். சமுதாய ஒழுங்கும் நாணயமும் கட்டிக் காக்கப்படவேண்டுமானால், குடும்ப வாழ்வின் பொறுப்புகள் இருவராலும் பகிர்ந்து கொள்ளப்பட வேண்டும். இதில் கட்டாயமோ, முகச் சுளிப்போ வேண்டியதில்லை. அன்பும், மற்றவருக்காக இருவரும் விட்டுக் கொடுத்துப் பேணும் இயல்பும் இருந்தாலே குடும்பம் சுவர்க்கமாகும்.

பெண்ணைப் பற்றிய புதிய மதிப்பீடும் சமத்துவமும், பிள்ளைகளின் பள்ளிப் பருவத்திலே, வளர்ப்பு முறையிலே, அறிவுறுத்தப்பட வேண்டும். பெண்ணை அடிமையாய்க் கருதும் பழைய சமுதாயக் கருத்துகளிலிருந்தும், அறியாமையிலிருந்தும் ஆண்-பெண் இருபாலரும் விடுபட வேண்டும்.

பள்ளிப் பாடத்தில், உயர்நிலை வகுப்புகளில் மாணவர் அனைவருக்கும் மனைநிர்வாகம், சமையல், குழந்தைப் பராமரிப்பு பாடங்கள் கட்டாயமாக்கப்பட வேண்டும். மனைவியிடமும் தாயிடமும் அன்பும் கண்ணியமுமாகப் பழக வேண்டும் என்ற பொருளில் இளைஞர் மாநாடுகள், சிறப்புக் கூட்டங்கள் ஆகியவை உயர்நிலைப்பள்ளி சார்ந்தே ஏற்பாடு செய்யலாம்.

பள்ளிப் பருவத்திலேயே இந்தச் சம பங்கேற்பு இயல்பாக வந்து விட பயிற்சிகளுக்கான வாய்ப்புக்களை ஏற்படுத்துவது பாடத் திட்டத்தில் ஒரு கூறாக அமைந்தாலே மாற்றங்கள் சாத்தியமாகும்.

சமுதாயத்தில் பொருளாதார, இன, சமய வேற்றுமைகள் எல்லாம் பெண்ணடிமைத்தனம் ஆழ்ந்த குடும்பங்களில்தான் அதிகமாகப் பார்க்கப்படுகின்றன.

இயற்கையோடு இணைந்தவர் நாம். இயற்கையின் ஒரு பகுதியே உயிரினங்கள்; மனிதர்கள். பெண்கள் இயற்கையின் முழுமையான அம்சங்களைக் கொண்டவர்கள். எனவே, இயற்கையை அடிமை கொண்டோ, அழித்தோ, மனித குலம் வாழ்ந்து விட முடியாது.

'தாயைப் பழித்தாலும் தண்ணீரைப் பழிக்காதே!' என்ற ஆன்றோர் வாக்கில் எத்துணை உயர்ந்த இலட்சியம் பிரதி பலிக்கிறது? நன்னீர்ப் பொய்கைகள், ஆறு குளங்கள் அனைத்துமே (இந்நாட்களில் கடலுக்கும் பொருந்தும்) தாய்க்கும் மேலாகச் சமுதாயத்தை வாழ வைக்கின்றன என்ற உண்மையைத்தான் அவ்வாறு உணர்த்தினார்கள்.

தாய்மைப்பண்பு அழியும்போது மேலாம் மானுடப் பண்பு களே அழிகின்றன. தாய்மை அறம் காக்கும் நல்லொழுக்கத்தின் சின்னமாக விளங்குகிறது. இல்லறத்தில் ஈடுபட்ட இரு பாலரும் இலட்சியமாகக் கொள்ளும் பரந்துபட்ட அன்பு ஒழுக்கத்திலும், பிரும்மச்சரியத்திலும், அது மேலாம் உய்வு பெறும் மாண்புக்குக் கொண்டு செல்கிறது. இலட்சியங்கள் எட்ட முடியாத கோபுர விளக்குகளல்ல. அவை வழிகாட்டும் பாதையில் நடப்பதே இலட்சியங்களை எட்ட முயலும் சாதனையாகிறது.

கொள்ளை, கொலைச் செயல்கள் ஓர் ஆரோக்கியமில்லாத சமுதாயத்தின் நோய்க்குறிகளே. எனினும் காவல் என்பதும் இன்றியமையாததாக இருக்கிறதல்லவோ? காவல்துறைக்கு வேலையில்லை என்று நீக்க முடியுமோ!

நமது கலைகள், இலக்கியம், இசை அனைத்தும் உள்ளார்ந்து ஒருமைப்படும் உணர்விலும், ஒத்துழைவின் அமைதியிலும் மனித மனங்கண்டு மேன்மை சேர்த்தன. இசையில் ஆன்ம அனுபவம் கண்டனர் சான்றோர்.

ஆனால், இந்நாட்களில் இவ்வனைத்துக் கூறுகளும், மனித மனங்களைக் கீழ்நோக்கிக் கிளர்த்து, அமைதி இழக்கச் செய்கின்றன. மனிதர் பகுத்தறிவு பெற்றிருப்பதன் பயனை,

விலங்கியல் வெறிகளைக் கிளர்த்திக் கொள்வதில் காண்கின்றன. காட்டுக்கூச்சல்கள் 'நாகரிகக்' கலை வெளிப்பாடுகளாக இளைஞர்களைக் கிளர்ச்சியுறச் செய்கின்றன. சிறுபான்மைச் சுயநலங்களையும், பெரும்பான்மை மூடத்தனங்களையும் அறியாமைகளையும் மட்டுமே திருப்தியுறச் செய்யும் ஓர் அவல ஆட்சி அமைப்பு முறையில் மானுடமே சிக்கியிருக்கிறது எனலாம்.

தனி மனித, குடும்ப, சமுதாய இலக்கியங்களே ஆரோக்கியம் ஒழுங்கு, முழுத் தூய்மை என்று அமையும்போது, சுற்றுச்சூழல் தூய்மையும் பாதுகாக்கப்படுகிறது.

மனிதர் மனங்களை மகிழ்ச்சியாகவும் அமைதியாகவும் வைத்துக் கொள்வதும், சுய நலமற்ற அன்பு செலுத்துவதும், குடும்ப அமைப்பில் இயல்பாகவே வருகிறது. பற்று, பாசம் எல்லாம் ஒரே பிணைப்பாக, மாந்தரைச் சக்தியுடையவர்களாக வளர்க்கும் குடும்ப நிறுவனத்தில்தான் சமுதாய மனிதர்கள் தோன்றி, நெருக்கடி காலங்களின் ஆற்றலாக விளங்குகிறார்கள். தேசியம், உலக சகோதரத்துவம் என்ற சொற்களுக்கும் விளக்கம் கொடுக்கிறார்கள்.

இத்தகைய மானுடப் பண்புகளைக் காத்து, மீட்சி தர, அன்னையே சக்தி வடிவில் எழுச்சி பெற வேண்டும்.

பேறறத்தினைப் பேணு நல்வேலியே!
சோர வாழ்க்கை துயர் மிடியாதிய
காரறுக்கக் கதித்திடு சோதியே!
வீரருக்கமுதே! நினை வேண்டுவேன்!

– பாரதியார்

Lasertypeset at Capital Creations, New Delhi and
printed at Chandu Press, Delhi-110092